விமரிசன நோக்கில்

அயலகத் தமிழ்ப் புதினங்கள்

சு. செல்வகுமாரன்

டிஸ்கவரி பப்ளிகேஷன்ஸ்

எண்: 9, பிளாட் எண்: 1080A, ரோஹிணி பிளாட்ஸ்
முனுசாமி சாலை, கே.கே.நகர் மேற்கு,
சென்னை - 600 078. பேச: 99404 46650

வெளியீட்டு எண்: 0205

விமரிசன நோக்கில் அயலகத் தமிழ்ப் புதினங்கள் (கட்டுரைகள்)
ஆசிரியர்: சு.செல்வகுமாரன்©
Vimarisana Nokkil Ayalaga Tamil Pudhinangal (Essays)
Author: **S.Selvakumaran**©
Print in India
1st Short Edition: 2023, 2nd Short Edition: 2025
ISBN : 978-93-95285-50-6
Pages - 104
Rs - 160

Publisher • Sales Rights

Discovery Publications
No. 9, Plot,1080A, Rohini Flats,
Munusamy Salai,
K.K.Nagar West, Chennai - 78.
Tamilnadu, India.
Mobile: +91 99404 46650

Discovery Book Palace (P) Ltd
No. 1055-B, Munusamy Salai,
K.K.Nagar West,
Chennai-600 078.
Mobile: +91 87545 07070

discoverybookpalace@gmail.com / www.discoverybookpalace.com

இந்த நூலில் பிரசுரமாகியுள்ள எந்த ஒரு பகுதியையும் எழுத்துபூர்வமான முன்அனுமதி பெறாமல் எடுத்தாள்வதோ, மறுபிரசுரம் செய்வதோ, மொழியாக்கம் செய்வதோ, ஊடகங்களில் மறுபதிப்புச் செய்வதோ, காப்புரிமைச் சட்டப்படி தடை செய்யப்பட்டுள்ளது. இந்த நூலிலிருந்து சில பகுதிகளை மேற்கோள்காட்டி நூல்அறிமுகம் செய்யலாம்.

உங்கள் மொபைல் போனிலிருந்து ஸ்கேன் செய்து 'டிஸ்கவரி புக் பேலஸ்' மொபைல் ஆப்பை டவுன்லோடு செய்து, புத்தகங்களை வாங்குங்கள்.

Scan and download

ஆசிரியர் குறிப்பு

முனைவர் சு.செல்வகுமாரன், குமரி மாவட்டம் தெக்குறிச்சியைச் சேர்ந்தவர். அண்ணாமலைப் பல்கலைக்கழக தமிழியல் துறையில் பணியாற்றி வந்தார். தற்போது சென்னை மாநிலக் கல்லூரியில் இணைப்பேராசிரியராகப் பணியாற்றி வருகின்றார். ஈழத்துப் புலம்பெயர் இலக்கியம் குறித்து ஆய்வு செய்து கேரளப்பல்கலைக் கழகத்தில் முனைவர் பட்டம் பெற்றவர். கடந்த இருபது வருடங்களாகத் தமிழ் இலக்கியப்பரப்பில் ஈழம், புலம்பெயர் படைப்பிலக்கியங்கள் குறித்தும், மேலும் தமிழின் நவீன இலக்கியப் போக்குகள் குறித்தும் விமரிசனக் கட்டுரைகள் எழுதி வருபவர். திணை, காலச்சுவடு, தாமரை, காக்கைச் சிறகினிலே, தீராநதி, திசை எட்டும், காவ்யா இதழ்களில் இவரது படைப்புகள் வெளிவந்துள்ளன. 2017 இல் பூவரசி அறக்கட்டளை வழங்கிய ஈழத்தின் மூத்த படைப்பாளியான "எஸ்.பொ.விருது" பெற்றவர். மேலும் சர்வதேசத் தமிழ் ஆய்விதழ், (மின்னிதழ்) செங்காந்தள் ஆய்விதழ், (மின்னிதழ்) திணை, ஆகிய இழ்களில் துணை ஆசிரியராகப் பணியாற்றி வருபவர். இவரின் படைப்புகள் பல பல்கலைக்கழக, கல்லூரிப் பாடத்திட்டங்களில் இடம்பெற்றுள்ளன.

ஆய்வு நூல்கள்

1. மனோன்மணியம்மை வழிபாடும் - இராவணேஸ்வரன் பூசை கதைப்பாடல் பதிப்பும், காவ்யா பதிப்பகம், டிசம்பர் - 2021,
2. தமிழ் எல்லாம் தரும், பூவரசி வெளியீடு, ஜனவரி - 2019,
3. வலிகளை எழுதும் ஈழத்துக் கவிதை - பூக்களுக்கு அலையும் சிறுமி, உலகத் தமிழாராய்ச்சி நிறுவனம், ஜுன் - 2018,
4. சமகால நாவல்களில் புனைவின் அரசியல், நியுசெஞ்சுரி புக் ஹவுஸ், ஆகஸ்டு - 2015,
5. பிரதிகளின் பண்பாட்டு அரசியல், நியுசெஞ்சுரி புக் ஹவுஸ், டிசம்பர் - 2011,
6. அ. முத்துலிங்கத்தின் புனைவுகள், கலைஞன் பதிப்பகம், ஜுன் - 2015,
7. ஈழத்துப்புலம் பெயர் இலக்கியம் - பன்முக வாசிப்பு, காவ்யா பதிப்பகம். டிசம்பர் - 2009,
8. குமரிமாவட்ட இலக்கியப் படைப்பாளிகள், காவ்யா. டிசம்பர் - 2002.

கவிதை நூல்கள்

1. கூந்தல் வண்டி, பூவரசி பதிப்பகம், ஜனவரி - 2018,
2. உலுப்புக்காரனின் திசை, பூவரசி பதிப்பகம், நவம்பர் - 2016
3. பூவரசம்பூ மஞ்சளிலிருந்து சிகப்பாக, காவ்யா பதிப்பகம், மே2012

அயலகப் புனைவு வெளியும் தமிழக வாசிப்புச் சூழலும்

கவிஞர், ஆய்வாளர், பேராசிரியர் எனப் பல நிலைகளிலும் தம் பணிகளைத் திறம்பட ஆற்றிவரும் முனைவர். சு. செல்வகுமாரன், நவீன இலக்கியக் களத்தில் அதிலும் குறிப்பாக புலம்பெயர்ந்தோர்ப் புனைவு வெளியைத் தம் ஆய்வுக்களமாகக் தேர்ந்து கொண்டு தொடர்ந்து செயலாற்றி வருபவர். கேரளப் பல்கலைக்கழகத்தில் முனைவர் பட்டத்திற்காகப் பயின்று கொண்டிருந்த காலத்திலேயே நூல் எழுதி வெளியிடும் பணியில் தம்மை ஈடுபடுத்திக்கொண்டு, தொடர்ந்து ஆண்டுக்கொரு நூல் வெளியிடுவது என்ற நோக்கில் பல நூல்களை வெளியிட்டுக் கவனம் பெற்று வருபவர். இவர் தம் அண்மைப் படைப்பாக "விமரிசன நோக்கில் அயலகத் தமிழ் புதினங்கள்" என்னும் நூலை ஆய்வு உலகுக்குக் கையளிக்கிறார்.

அயலகப் புதினப் படைப்புகள் பற்றிய நூலை வழங்குவதற்குரிய வாசிப்பு அனுபவமும் ஆய்வு அனுபவமும் ஒருங்கே பெற்றிருந்ததன் காரணமாக இந்நூல் எளிதில் சாத்தியமாகியிருக்கிறது. தம் முனைவர் பட்ட ஆய்வுக்காக "ஈழத்துப் புலம்பெயர் இலக்கியப் படைப்புகள்" என்னும் பொருண்மையில் ஆய்வில் ஈடுபட்டதால் ஈழம் குறித்த சமூகப் பொருளாதார மற்றும் வரலாற்றுப் பின்புலங்களில் இவருக்கேற்பட்ட தெளிவும் பார்வைகளும் இந்நூலாக்கத்தில் பெரிதும் துணைபுரிந்திருக்கின்றன.

90-களுக்குப் பிறகு தமிழ்ச் சூழலில் அயலக இலக்கியங்களின் வரவும் அவை பற்றிய வரவேற்பும் குறிப்பிடும்படியாக இருந்தாலும் அவை மீதான வாசிப்பு என்பது குறிப்பிடும் படியாக இல்லை. எனினும் ஒரு சிலர் இதில் தீவிரக் கவனம்

கொண்டிருப்பதும் அவர்களில் ஒருவராக சு.செல்வகுமாரன் இருப்பதும் கவனிக்கத்தக்கதாகவே இருக்கிறது.

"சமகால ஈழத் தமிழ்ப் புதினங்களைப் பொறுத்தமட்டில் ஈழத்துப் போர் வாசனையோடு புகலிட வாசனைகளையும் விரவியதாய் இலங்கைத் தமிழ் மக்களின் விளிம்புநிலை வாழ்வைப் பேசுகின்றன" என்னும் கருதுகோளை வறித்துக் கொண்டு ஈழத்துப் புதின இலக்கிய வாசிப்பில் ஈடுபட்டு அதனூடாக நடுகல், Box கதைப்புத்தகம், பார்த்தினீயம், உண்மை கலந்த நாட்குறிப்புகள், ஊழிக்காலம், கொச்சிக்கட, பெயரிலி, குதிரைவாகனம், விடமேறியக்கனவு, திரிந்தலையும் திணைகள் என்னும் பத்து புதினங்கள் பற்றிய வாசிப்பு அனுபவங்களைத் தம் மதிப்பீடுகளாக இந்நூலின்கண் முன்வைத்துள்ளார்.

பொதுவாக புதின வாசகர்கள்/ விமரிசகர்களில் பலர் வெறுமனே கதைப்போக்குகளை மட்டும் உள்வாங்கிக் கொண்டு அவற்றைப் பற்றிய மேலெழுந்த வாரியான தகவல்களைத் தந்து செல்வதையே மதிப்பீடு என்று முன்மொழிவார்கள். சிலர் புதினப் படைப்புகளைச் சமூக வரலாற்று ஆவணங்களாகக் காட்சிப்படுத்தும் அளவிற்கு அவற்றை அடையாளப்படுத்துவர். இவை, விமரிசகனின் புரிதலோடு தொடர்புடையவை என்றாலும் விமரிசகனின் பொறுப்புணர்ச்சியையும் சார்ந்திருக்கிறது. ஆனால் புதின மதிப்பீடுகள் மீது ஒருவகையான எதிர்பார்ப்புகள் ஏற்பட்டுவிடுகின்றன. அத்தகைய எதிர்பார்ப்புகளுக்கு ஏற்ப படைப்பாளரை விடவும் விமரிசகர்கள் கூடுதல் கடமையாற்ற வேண்டியிருக்கிறது. அத்தகையதொரு கடமையுணர்வோடு இத்தொகுப்பிற்காக செல்வகுமாரன் வினைபட்டிருக்கிறார்.

ஈழத்துச் சமூக அரசியல் பின்புலங்களை மனத்திற் கொண்டு ஒவ்வொரு புதினங்களையும் அணுகி அவற்றின் இலக்கிய நோக்கையும் சமூக நோக்கையும் வெளிக்கொணர்ந்திருப்பதை இதிலுள்ள ஒவ்வொரு கட்டுரையிலும் அறியமுடிகிறது. கட்டுரைக்குள் விரிவான கதை சொல்லலைத் தவிர்த்துப் படைப்பாளர் வாசகர்களுக்குக் கூறக்கருதிய மையமான இடங்களை உரிய மாந்தரின் குரலின் வழியாகக் கவனப்படுத்தியிருக்கிறார்.

ஒவ்வொரு புதினம் பற்றியும் மதிப்புரைக்கும்போது புதினங்களின் கதைச்சூழலுக்கு அப்பால் படைப்பாளனுக்கும் புதினம் கொண்டிருக்கும் சமூகச் சூழலுக்குமான உறவுநிலைத் தொடர்பையும் மிக மென்மையாக அணுகித் தம் இறுதியான கருத்தை வெளிப்படுத்தியிருப்பது கவனிக்கத்தக்கது. மேலும் ஒவ்வொரு புதினத்திலும் உயிர்ப்பான நிலையில் இடம்பெற்றுள்ள பாத்திரக் கூற்றுகளையே தம் மதிப்புரையின் தலைப்பாக இட்டு அணுகியிருக்கும் போக்கு ஒரு புதிய திறப்பாக இருக்கிறது.

எனக்ககாக என்ரை பிள்ளை காத்துக் கிடக்கிறான் (நடுகல்) நிலவு அவனை அறிந்து கொண்டது (B0X கதைப்புத்தகம்) அவித்த இறைச்சி போலக் கிடந்தாள் (ஊழிக்காலம்) ஏண்டா சும்மா இருந்த என் மனச மாத்தின (திரிந்தலையும் திணைகள்) என்பன போன்ற தலைப்புகள் வாசக ஈர்ப்பாக விளங்குகின்றன. இப்படியான தலைப்புகள் அப்புதினங்கள் பற்றிய வாசிப்புக்கு இட்டுச்செல்லும் வலிமையைக் கொண்டிருக்கின்றன. வாசகனைப் படைப்பை நோக்கிச் செலுத்துகிற வேலையைச் செய்கிற விமரிசகன் எப்போதும் கவனிக்கப்படுகிறான். செல்வகுமாரனும் அப்படியான பணியை இதன் மூலம் மேற்கொண்டிருப்பதால் அவருக்கும் அவருடைய விமரிசனங்களுக்கும் அத்தகையதோர் இடம் புலம்பெயர்வு இலக்கிய ஆய்வுச்சூழலில் உருவாகும்.

அதைப்போலவே தீபச்செல்வன் (நடுகல்), ஷோபாசக்தி (Box கதைப்புத்தகம்), தமிழ்நதி (பார்த்தீனியம்), அ. முத்துலிங்கம் (உண்மை கலந்த நாட்குறிப்புகள்), தமிழ்க்கவி (ஊழிக்காலம்), ஈழவாணி (கொச்சிக்கட), கௌரி அனந்தன் (பெயரிலி), ஜீவகுமாரன் (குதிரை வாகனம்), குணாகவியழகன் (விடமேறிய கனவு), ஜெயந்தி சங்கர் (திரிந்தலையும் திணைகள்) ஆகிய ஈழத்துப் படைப்பாளிகளைத் தமிழக வாசக நெஞ்சங்களில் நிலைபெற செய்திருப்பதன் மூலம் அவர்கள் மீதான கவனக் குவிப்பை மேற்கொண்டிருக்கிறார். இது ஒரு விரும்பத்தக்க விளைவை ஏற்படுத்தும் என்றே தோன்றுகின்றது. அந்த வகையில் இந்தத் தொகுப்பின் ஆசிரியரான செல்வகுமாரனும் ஈழத்துப் படைப்புலகம் நோக்கி இட்டுச்செல்லும் திசைகாட்டியாக அறியப்படுவார்.

புதினங்கள் எண்பவை வெறும் புனைவுகள் அல்ல. அவை பன்னெடுங்கால மனிதகுல வாழ்வின் மரபுத்தொடர்ச்சியை நினைவூட்டிச் சமகாலச் சமூக இருப்புகளையும் அவ்வப்போது வெளிப்படும் மனித சமூகத்தின் கோர முகங்களையும் இழப்பின் வலிகளையும் அடுத்தடுத்தத் தலைமுறைக்குக் கடத்திக் கொண்டிருக்கும் கருத்தூடகங்கள். அத்தகையதொரு புரிதலை வழங்க வல்லதாக "விமரிசன நோக்கில் அயலகத் தமிழ்ப் புதினங்கள்" அமைந்திருக்கிறது. இந்நூலும் இதன் ஆசிரியர் சு.செல்வகுமாரனும் இப்பணியின் பொருட்டுச் சிறந்து விளங்க வாழ்த்துகிறேன்.

பேரா. அ.குணசேகரன்
இணை இயக்குநர்
மண்டலக் கல்லூரிக் கல்வி
இணை இயக்குநரகம்
திருச்சிராப்பள்ளி - *620023*

திருச்சிராப்பள்ளி
03.01.2023

முன்னுரை

புதினம் (Novel) தோற்றம் பெற்றது மனிதன் நெடுங்கதை சொல்ல முற்பட்டதன் வெளிப்பாடாயினும் செய்யுள் யாப்பில் விருத்தப்பாக்களாலான கதை சொல்லல் மரபு புதினத் தோற்றத்திற்கு முன்பே உருவாகியிருந்தது. தமிழ்ப் புனைவிலக்கிய வரலாற்றில் புதினம் இன்று புதிய பாய்ச்சலை நிகழ்த்திக் கொண்டிருக்கிறது. கதை சொல்வதும் கதையைக் கேட்பதும் மானுட வரலாற்றில் ஒரு முக்கிய நிகழ்வு என்பதன் தொடர்ச்சியாக இதனைப் பார்க்கமுடிகிறது. எனவேதான் வாழ்வின் அனுபவங்களாகவும், புனைவுகளாகவும் வெவ்வேறு தளங்களில் இருந்து புதின இலக்கியங்கள் தொடர்ச்சியாக இன்றும் வந்து கொண்டே இருக்கின்றன.

சமூகத்தை, வரலாற்றை, அரசியலை, தனிமனித அகமனதைப் பாத்திரங்களின் உரையாடல் மூலம் அழகிய உரைநடை மொழியில் வெளிக்கொணரக் கிடைத்த ஒரு அரிய கலைவடிவமாகவே புதினத்தைப் பார்க்கமுடிகிறது. தமிழில் மாயூரம் வேதநாயகம் பிள்ளை, ஈழத்து சித்திலெப்பை மரைக்காயர் போன்றோரால் தொடங்கப்பட்ட புதின இலக்கியம் இன்று கருத்தியல், கோட்பாட்டுத்தளத்தின் அடிப்படையில் வெவ்வேறு வகைமைகளாக இனங்காணத்தக்க அளவில் வளர்ச்சியுற்றிருக்கிறது.

சமகாலத் தமிழ்ப் புதினங்கள் இன்று கோட்பாடுகள் சார்ந்தும், ஈழம், சிங்கப்பூர், மலேசியா என அயலகம் சார்ந்தும், மற்றும் புகலிடம், புலம்பெயர் எழுத்து என வேறுபட்ட பரிணாமங்களில் மானுட வாழ்வை அழகியல் நேர்த்தியோடு பேசுகின்றன. இவற்றை வாசிக்கின்றபோது அவை நமக்குள் ஏற்படுத்துகின்ற சலனங்கள் அசாத்தியமானவையாக உள்ளன.

இவை வாழ்வு குறித்து வேறுபட்ட புரிதல்களைத் தருவதோடு, வாழ்வை ஆழப்படுத்தவும் அகலப்படுத்தவும் செய்கின்றன.

இவற்றுள் சமகால ஈழத்தமிழ்ப் புதினங்களைப் பொறுத்தமட்டில் ஈழத்துப்போர் வாசனையோடு, புகலிட வாசனைகளையும் விரவியதாய் இலங்கைத்தமிழ் மக்களின் விளிம்புநிலை வாழ்வைப் பேசுகின்றன. ஈழத்தமிழர்களின் புதினவரலாறு *1885* இல் சித்திலெப்பை மரைக்காயரின் "அசன் பேயுடையகதை" கதை என்றும், *1891* இல் வெளிவந்த எஸ். இன்னாசி தம்பியின் "ஊசோன் பாலந்தை கதை" என்றும், *1895* ஆம் ஆண்டு திருகோணமலை த. சரவண முத்துப் பிள்ளை எழுதிய "மோகனாங்கி"யில் இருந்துதான் துவங்குவதாகவும் மாறுபட்ட கருத்துக்கள் உண்டு. இதனைத் தாண்டி யோசிப்பவர்களும் உண்டு. காரணம் இந்தப் புதினங்கள் ஈழத்தைச் சேர்ந்தவர்களால் எழுதப்பட்டாலும் அதன் பொருண்மையும், மையக்களமும், மொழியும் ஈழம் சார்ந்ததாக இல்லை என்ற விமர்சனத்தை மறுத்துரைப்பவர்கள் முன்வைப்பதுதான். இது ஒருவகையில் ஈழத் தமிழ்ப் புதினங்களின் தோற்றகாலப் பிரச்சினையாகும்.

நா. சுப்பிரமணியம், ஈழத்தமிழ் நாவல்களின் தோற்றுவாய்க்காலம், சமுதாயச் சீர்திருத்தக்காலம், எழுத்தார்வக் காலம், சமுதாய விமரிசனக்காலம், பிரதேசங்களை நோக்கி என்பதாக ஐந்து நிலைகளில் வகைமைப்படுத்துகிறார். எழுத்தாளர் தேவகாந்தன் தோற்றக்காலம் *(1891 - 1930)*, மறுமலர்ச்சிக்காலம் *(1931 - 1956)*, தேசியவாதக்காலம் *(1955 - 1972)* வியாப்திக்காலம் *(1983 - 2000)* என்பதாக நான்கு நிலைகளில் வகைமைப்படுத்துகிறார். இந்த வகைமைகளுக்கு இருவர் தரும் விளக்கங்களும் பெரிதும் ஏற்புடையனவாகவே உள்ளன.

மேற்சுட்டிய வகைமைகளில் சுப்பிரமணியம் குறிப்பிடும் சமுதாய விமர்சனக்காலம், தேவகாந்தன் குறிப்பிடும் தேசியவாதக்காலம் மற்றும் வியாப்திகாலப் புதின உருவாக்கத்தின் நீட்சியாக ஈழத்துச் சமகாலப் புதினங்களின் கருத்தியலைப் புரிந்து கொள்ள வேண்டியுள்ளது.

ஈழவரலாற்றில் *1950*க்குப் பின்பான சூழலில் இயல்பான வாழ்க்கைமுறை திரிந்து தமிழின ஒடுக்குமுறை, அதனைத்

தமிழர்கள் எதிர்கொள்ளல் அல்லது போர் என்பதாக மாறிப்போய் விடுகிறது. இந்தப் பின்னணியிலேதான் சமகால ஈழத்தமிழ்ப் புதினங்களின் தோற்றமும் பாடுபொருளும் அமைகின்றன. விளைவு 2009 - இல் முள்ளிவாய்க்காலில் போர் முடிவுக்கு வரும் வரையிலுமாக அவர்களிடம் நிகழ்ந்த உயிர், உறவு, உடமைப்பொருட்களின் இழப்புகள், இராணுவத்தினர், தமிழீழ விடுதலைப்படையினர், அமைதிப்படையினர், இராணுவச் சிறைமுகாம்கள், அகதி முகாம்கள் என இவைகளால் இவர்கள் பட்டபாடுகளும், வலிகளும் இருள் படர்ந்த வரலாறுகளாய் உள்ளன.

மேலும் இவர்களிடம் ஏற்பட்ட உள்ளூர் இடப்பெயர்வு, அந்நிய தேசங்களுக்கு மேற்கொண்ட புலப்பெயர்வு, புலம்பெயர் பயணத்திற்கான விசா, பாஸ்போட் பெறுவதிலான சிக்கல்கள் முக்கியத்துவம் பெறுகின்றன. இத்தோடு புகலிட நாடுகளில் வாழும் தமிழ் மக்களிடம் ஏற்பட்டுள்ள அந்நியப் பண்பாட்டுக் கலப்பு, சாதியக்கலப்பு திருமணம் தொடர்பான பிரச்சினைகள், பாலியல் உணர்வைக் கட்டுப்படுத்த இயலாத தவிப்பு, அந்நியநாட்டுக் குடியுரிமையைப் பெறுவதிலான சிக்கல்கள், பண்பாட்டு நெருக்கடிகள், தங்குமிடம், தொழில், இனவெறித் தாக்குதலுக்கு உள்ளாதல், அந்நியநாட்டு மொழி சார்ந்த குறைந்தபட்ச அறிவு கூட இல்லாது அந்நியநாடுகளில் வாழ்வை எதிர்கொள்ள இயலாது நெருக்கடிக்கு உள்ளாதலும் முக்கியத்துவம் பெறுகின்றன.

மேலும் ஊரில் இருப்பவர்கள் அயலகம் சென்றவர்கள் குறித்தும், கடந்தகால வாழ்வு குறித்தும் கொண்ட நினை வலைகள், அதுபோலப் புகலிடம் தேடிச் சென்றவர்கள் ஊரில் உள்ள உறவுகள் குறித்தும், கடந்தகாலத் தருணங்கள் குறித்துமாகக் கொள்ளும் நினைவலைகள், போர்முடிந்தும் சொந்த நாட்டிலேயே முள்வேலிக் கம்பிகளுக்கிடையே தமிழ் மக்கள் அகதியாக்கப்பட்டமை, குழந்தைகள் கல்வியை, வாழ்வைத் தொலைத்து நிற்கும் அவலம், புதைகுழி வாழ்வு என்பன கழிவிரக்கத்துக்குரிய வலிநிறைந்த காட்சிகள். இவை யாவும் சமகால ஈழத்து அல்லது அயலகத்தில் வசிக்கின்ற புகலிடத் தமிழர்களின் புதினங்களின் கருத்தியலாகப் பார்க்க முடிகின்றது. இவை குறித்து விமரிசன நோக்கில் எடுத்துரைப்பதாக இந்நூல் அமைகிறது.

நூலில் விமரிசிக்கப்பட்டுள்ள புதினங்களின் ஆசிரியர்களில் ஜெயந்தி சங்கர் தவிர எல்லா எழுத்தாளர்களும், அடிப்படையில் ஈழத்தைத் தாயகமாகக் கொண்டவர்கள். எனவே இந்நூலினை விமரிசன நோக்கில் ஈழத்தமிழ்ப் புதினங்கள் எனச் சுட்டினாலும் ஏற்புடையதாகும். எனினும், நாம் ஆய்வுக்கு எடுத்துக் கொண்டுள்ள புதின ஆசிரியர்களில் ஷோபாசக்தி - பிரான்ஸ், அ.முத்துலிங்கம் - கனடா, கௌரி அனந்தன் - சிங்கப்பூர், ஜீவகுமாரன் - டென்மார்க், குணாகவியழகன் - இலண்டன், தமிழ்நதி - ரொறன்றோ, ஜெயந்தி சங்கர் - சிங்கப்பூர், எனப் பலரும் அயலக நாடுகளில் வசிப்பதும் அவர்களின் எழுத்துக்களில் புகலிட வாழ்வியல் அல்லது அயலகத்து வாழ்வியல் அதிகமாகப் பேசப்பட்டிருப்பதாலும் "விமரிசன நோக்கில் அயலகத் தமிழ்ப் புதினங்கள்" என்பதாக இத்தலைப்பினை அமைத்திருக்கிறேன். வாசியுங்கள். கருத்தினைப் பதிவிடுங்கள்.

சென்னை
20 - 11-2022

சு.செல்வகுமாரன்
இணைப்பேராசிரியர்
தமிழ்த்துறை
மாநிலக்கல்லூரி
சென்னை – 05
பேச – 9442365680
மின்னஞ்சல்: mugadu.kumaran@gmail.com

நன்றி

பேரா. இராம.கதிரேசன், துணைவேந்தர், அண்ணாமலைப் பல்கலைக்கழகம்.

பேரா. கே.சீதாராமன், பதிவாளர், அண்ணாமலைப் பல்கலைக்கழகம்.

பேரா. அரங்கபாரி, மொழிப்புல முதன்மையர், அண்ணாமலைப் பல்கலைக்கழகம்

பேரா. கோ.பிலவேந்திரன், தமிழியல் துறைத் தலைவர், அண்ணாமலைப் பல்கலைக்கழகம்.

பேரா. அ.குணசேகரன், இனை இயக்குநர், மண்டலக் கல்லூரிக் கல்வி இணை இயக்குநரகம், திருச்சிராப்பள்ளி.

பேரா. இரா. இராமன், முதல்வர், மாநிலக் கல்லூரி, சென்னை.

பேரா. கி. ஆதிநாராயணன், தலைவர், தமிழ்த்துறை, மாநிலக் கல்லூரி,

பேரா. மா.மணிமாறன், முதல்வர், அரசு கலைக் கல்லூரி, திருச்சுழி.

டிஸ்கவரி புக் பேலஸ் உரிமையாளர் நண்பர் **மு.வேடியப்பன்**

அப்பா **ஆ.சுப்பிரமணியன் நாடார்.**

அம்மா **கா.சின்ன நாடாச்சி.** (நினைவில்)

வாழ்க்கைத்தோழி **ரா.பி.செல்வகுமாரி.**

அன்பு மகள் **செ.ரஞ்சனி செல்வா.**

மற்றும் **நண்பர்கள்...**

அனைவருக்கும் நன்றிகள்.

பொருளடக்கம்

1. 'எனக்காக என்ரை பிள்ளை காத்துக் கிடந்திருக்கிறான்' ஈழத் தமிழர் வாழ்வியலை பேசும் தீபச்செல்வனின் நடுகல்.   14

2. 'நிலவு அவனை அறிந்து கொண்டது' ஷோபா சக்தியின் BOX கதைப்புத்தகம்   26

3. 'வேலியே பயிரை மேய்ந்த கதை' தமிழ்நதியின் பார்த்தீனியம்   38

4. 'அவனுடைய மந்திரத்தை மீறி ஒரு போதும் மழை பெய்ததில்லை' அ.முத்துலிங்கத்தின் - உண்மை கலந்த நாட்குறிப்புகள்   46

5. 'அவித்த இறைச்சி போலக் கிடந்தாள்' தமிழ்க்கவியின் ஊழிக்காலம்   56

6. 'சமாதானப் பாலங்கள்' ஈழவாணியின் கொச்சிக்கட நாவலின் அரசியல்   62

7. 'இரண்டாமவரே முதன்மை பெறுவர்' கௌரி அனந்தனின் - பெயரிலி   67

8. 'ஈழத்தில் போரும், புலப்பெயர்வும் ஏற்படுத்திய சிதைவுகள்' ஜீவகுமாரனின் - குதிரை வாகனம்   75

9. 'மரணத்தைச் சுமந்தலையும் எழுத்துக்கள்' குணா கவியழகனின் - விடமேறியக் கனவு   88

10. 'ஏண்டா சும்மா இருந்த என் மனச மாத்தின' ஜெயந்தி சங்கரின் - திரிந்தலையும் திணைகள்   97

'எனக்காக என்ரை பிள்ளை காத்துக் கிடந்திருக்கிறான்' ஈழத்தமிழர் வாழ்வியலைப் பேசும் தீபச்செல்வனின் நடுகல்

ஈழத்தமிழர்களின் பிரச்சனை உத்தேசமாக 1950-60களில் தொடங்கி 1983களில் வீரியமடைந்து 2009 இல் முள்ளி வாய்க்காலில் முடிவுற்றிருந்தாலும் இன்னும் முடிவுறாத உள்நாட்டுப் பிரச்சனையாக நீட்சியுற்றுக் கொண்டிருப்பதை அறியமுடிகிறது. ஈழத்தில் தமிழ் மக்கள் இன்றும் முழு சுதந்தரத்தோடு வாழ அனுமதிக்கப்படவில்லை. புலம் பெயர்ந்து சென்ற தமிழர்களும் திரும்பித் தம் சொந்த நாடு வந்து குடியேறி மகிழ்வோடு வாழ்வதற்கான சூழல்களும் உருவாக்கப்படவில்லை. தமிழ் மக்கள் சிறுபான்மை இன மன உணர்வோடும், அகதி, கைதிகளின் மன உணர்வோடும் தான் வாழ அனுமதிக்கப் பட்டுள்ளார்கள். நிதர்சனமாகச் சொல்வதானால் ஏராளமான நெருக்கடிகள் அவர்களை இன்னும் துரத்திக் கொண்டிருப்பதே உண்மை.

மேலும், சிங்கள அரசின் ஈழத்துத் தமிழின அழிப்புக்கு இன சுத்திகரிப்புக்கான போர் என்ற ஓர் அரசியல் முகம் இருந்தாலும், அதனைத் தாண்டித் தமிழின விடுதலை இயக்கங்களின் உள்முரண்கள் சார்ந்தும், மதம், சாதி, அரசியல் சார்ந்தும் வேறுபட்ட பல முகங்களும் அவை சார்ந்த அரசியல் முன்னெடுப்புகளும் ஈழத்தில் நிகழ்ந்துள்ளமை மறுப்பதற்கில்லை. இந்த வேறுபட்ட போக்கினை ஈழத்து, புலம்பெயர்ந்த தமிழ்ப் படைப்பாளிகள் நாவல்கள் உள்ளிட்ட அனைத்து வகைப் படைப்புகளின் வழியாக வெவ்வேறு கோணங்களில் பேசியுள்ளனர். அவை விடுதலைப்புலிகள் ஆதரவு - எதிர்ப்பு, சிங்களவர்கள் மீதான ஆதரவு - எதிர்ப்பு, இந்திய அரசு, அமைதிப்படையின் மீதான எதிர்ப்பு - ஆதரவு, இசுலாமிய ஆதரவு - எதிர்ப்பு, உயர்சாதிய எதிர்ப்பு - ஆதரவு என நாம் புரிந்து கொள்ளலாம்.

குறிப்பாக ஷோபாசக்தியின் கொரில்லா, Box தமிழ்நதியின் பார்த்தீனியம், தமிழ்க்கவியின் ஊழிக்காலம், ஜீவகுமாரனின் குதிரை வாகனம், குணாகவியழகனின் விடமேறியக்கனவு, ஈழவாணியின் கொச்சிக்கட, தீபச்செல்வனின் நடுகல், அ.முத்துலிங்கத்தின் உண்மை கலந்த நாட்குறிப்புகள் உள்ளிட்ட நாவல்களிலேயே இந்த வேறுபாட்டை நாம் உணரலாம். ஒவ்வொன்றும் ஒவ்வொரு அரசியலை முன்னெடுத்துள்ளன. இந்த வகையில் தீபச்செல்வனுக்கும் தனித்த ஓர் அரசியல் இருக்கத்தான் செய்கிறது. அதனை அவரது கவிதைகளிலும், தமிழர் பூமி, நான் எப்போது அடிமையாய் இருந்தேன் (நேர்காணல்) உள்ளிட்ட நூல்களிலும் காணமுடியும். இதனை வைத்துப் பலரும் அவரது நிலைப்பாட்டை விடுதலைப்புலி ஆதரவு நிலை என்பார்கள். நான் இதனை அப்படி பார்க்க வில்லை தமிழீழ விடுதலை ஆதரவாகவேப் பார்க்கிறேன். அதுதானே சரியானதும் கூட. தமிழ் மக்களுக்கான உண்மையான நிரந்தரமானதொரு விடுதலைக்கான பயணிப்பை விடுதலைப்புலிகள் இயக்கம் முன்னெடுத்து இயங்குவதால் தீபச்செல்வன் அதனை ஆதரிக்கிறார். ஆனால் நோக்கம் விடுதலைப்புலிகளை ஆதரிப்பது அல்ல. ஈழத்தமிழர் விடுதலை ஒன்றேயாகும். இதற்கு இன்னொரு காரணம் இருக்க முடியாது.

மேலும் மற்ற படைப்பாளிகள் விடுதலைப்புலிகள் மீது முன்வைக்கின்ற விமர்சனங்களில் கூட பலதில் தீபச்செல்வனுக்கு உடன்பாடு இருக்கலாம். ஆனால் அவர் ஒரு ஈழத் தமிழனாய்த் தமிழீழ விடுதலை என்ற அவரது அரசியல் நோக்கை அடைய விமர்சனங்களைத் தவிர்த்து அல்லது எதிரிகளின் பார்வைக்கு வராத நிலையில் அந்த விமர்சனங்களை விடுதலைப்புலிகளின் தலைமைக்கு உணர்த்துபவராகக்கூட இருக்கலாம். ஒருமுக இலக்கை நோக்கிப் பயணிக்கின்ற இவ் இயங்கியலுக்கு மிகக் கூர்மையான, திடமான அரசியல் பார்வையும் தெளிவும் தேவையாய் இருக்கின்றன. அவை அவரிடம் நிரம்பவே உள்ளதை நடுகல் புலப்படுத்துகின்றது.

'நடுகல்' நாவலை வாசிக்கின்றபோது விமர்சனங்கள் பிரச்சினைகளின் அடிப்படையில் அணுக வேண்டிய ஒன்று என்பதை எளிதாக விளங்கிக் கொள்ளமுடியும். ஈழத்தமிழனின் வாழ்வியல் சூழல்களோடு நடுகல்லை ஒப்பிட்டுப் பார்க்கின்ற போது தமிழ்நாட்டுத் தமிழனுக்கு இத்தகையதானதொரு அதிதீவிரத் தேவை எழவில்லை என்பதையும் புரிந்து கொள்ளலாம். மேலும் இந்தியா என்ற ஒன்றியத்தின் பகுதியான

தமிழ்நாட்டில் வாழக்கூடிய ஒரு தமிழனுக்குத் தமிழ்த்தேசியம், இந்தியத்தேசியம் எனும் இரு அடையாள நிலைகள் தேவைப் படுமாயினும் அடிப்படையாக அவன் தமிழ்த்தேசியத்தைக் கடந்தே இந்தியத் தேசியத்தை ஏற்கவேண்டிய அரசியல் தெளிவு தேவையாக உள்ளது. ஆனால் பலரிடையே இதில் மயக்கநிலை காணப்படுகிறது துரதிருஷ்டமானது. ஆனால் ஈழத்தமிழர் ஒருவர் அங்கு நிலவும் மொழிசார் இனஎதிர்ப்புச் சூழலில் அப்படி இருந்துவிட முடியாது. ஆனால் ஈழத்துப் படைப்பாளிகள் பலரிடமும் பல்வேறு காரணிகளின் அடிப்படையில் மயக்கம் ஏற்படுவது வருத்தத்துக்குரியதே.

'நடுகல்' நாவலின் உருவாக்கம் பற்றிக் குறிப்பிடும் தீபச்செல்வன் 2010 - 12 கிளிநொச்சியின் நிகழ்காலத்திலும் அதற்கு முந்தைய இருபத்தைந்து ஆண்டுகள் முன்னோக்கிய நினைவுகளின் பின்னணியில் இரண்டு சிறுவர்கள் பற்றிய கதையும் அவர்களைச் சூழவிருந்த மாந்தர்களின் கதையும்தான் நடுகல். குழந்தைகளின் கதை மாத்திரமல்ல குழந்தைகள் மொழிந்ததுமே இந்நாவல் என்று பதிவு செய்திருக்கிறார். இது நீண்ட நெடிய ஈழப்போரில் நாவல் இயங்கும் பகுதியினை / தளத்தினை வாசகன் ஒருவன் எளிதாக இனங்கண்டு பயணிக்கப் பேருதவியாய் அமைகிறது.

அகத்தையும், புறத்தையும், அறத்தையும், ஆற்றுப்படுத்து தலையும், இயற்கையையும், இறைவழிபாட்டையும் எடுத்தியம்பியது. நமது சங்க, சங்கமருவியகால இலக்கிய, இலக்கணங்கள். அதில் போர் சார்ந்த வாழ்வியலைப் பேசிய புற இலக்கியங்களில் முதன்மையானது புறநானூறு. அது போரில் வீரமரணமடைந்தவர்களின் நினைவாக நடுகல் நட்டு வழிபட்ட செய்தியினைப் பதிவு செய்திருக்கிறது. இவ்வழிபாட்டு முறை தொல்காப்பியர் காலத்திற்கு முன்பே இருந்துள்ளதையும் தொல்காப்பியம் புறத்திணை வாயிலாக அறிய முடிகிறது.

"காட்சி கால்கோள் நீர்ப்படை நடுகல்
சீர்த்தகு மரபில் பெரும்படை
வாழ்த்தலென்று
இரு மூன்று மரபிற்கல்"   (தொல். புறத் 5)

"இறந்தார்க்குக் கல்நட்டு வழிபடும் முறை கி.பி 11 ஆம் நூற்றாண்டு வரை இருந்துள்ளது" *(www.geotamil.com <http://*

www.geotamil.com>) என அறிஞர்கள் கண்டுள்ளனர் எனப் பெரியசாமி புறநானூற்றில் நடுகற்கள் வழிபாடு என்ற தனது கட்டுரையில் குறிப்பிடுவதைப் பார்க்க முடிகிறது. ஆகச் சங்ககாலத் தமிழர்களிடம் வேரூன்றிக் கிடந்த பண்பாட்டுக் கூறுகளில் ஒன்றான இந்த நடுகல் வழிபாடு, ஈழத்தமிழர்கள் தமது சமகால வாழ்விலும் கடைபிடித்து வருகின்ற ஒன்றாக இருக்கின்றது. சிங்களவர்களின் தமிழின அழிப்புக்கு எதிராகப் போர் தொடுத்து வந்த தமிழீழ விடுதலைப்புலி அமைப்பினர் தமிழீழ விடுதலைப் போரிலே தம் அமைப்பினர் வீரச்சாவினைத் தழுவுகின்றபோது அவர்களைப் புதைத்த இடத்தில் நடுகல் நட்டுப் பாதுகாத்து வந்ததோடு மாவீரர் நாளாக அதனை அனுசரித்து வழிபட்டும் வந்துள்ளதை அறியமுடிகிறது. இவ்வாறாகத் தமிழர்கள் வீரத்தைப் பறைசாற்றி உலகுக்கு எடுத்தியம்பியுள்ளதை மையப்படுத்தித் தீபச்செல்வன் "நடுகல்" எனும் பெயரின் மூலம் ஈழப்போரினால் தமிழ் மக்கள் அடைந்துள்ள வாழ்வியல் துயரத்தைத் தமது நாவலில் முன்வைக்கின்றார்.

"பரலுடை மருங்கின் பதுக்கை சேர்த்தி
மரல் வருந்து தொடுத்த செம்புங் கண்ணியொடு
அணிமயிற் பீலிசூட்டி பெயர் பொறித்து
இனி நட்டனரே கல்லும்..." (புறம்-264 - 14)

எனும் பாடலை முன்வைத்துத் தீபச்செல்வன் நாவலுக்குள் நுழைவது தமிழினப் பண்பாட்டு எச்சத்தின் நீட்சியாக நடுகல் நாவல் வாசகனை உணரச் செய்கின்றது.

நாவலில் தீபச்செல்வன், பிரசன்னா (இயக்கப்பெயர் வெள்ளையன்) வெள்ளையனின் தம்பி - வினோதன், தங்கை - ஆரணி, அம்மா - நாகப்பூசணி, அப்பா - நடராசன் எனும் ஒரு குடும்பத்தின் ஊடாகவும் இன்னும் வெவ்வேறு பாத்திரங்களின் ஊடாகவும் பயணித்து ஈழப்போரைச் சிங்கள இராணுவத்தின் தமிழின அழித்தொழிப்பு, குண்டுவீச்சு, படுகொலைகள் என்பவற்றோடு, தமிழ் மக்களின் இடப்பெயர்வு, விடுதலைப் போரில் தமிழீழ விடுதலைப்புலி இயக்கத்தின் அளப்பரிய பங்களிப்பு, போராளிகள், முட்கம்பி வேலிகளில் அடைக்கப்பட்டுத் தமிழ் மக்கள் பட்ட பாடுகள், உடமை, உறவு, கல்வி, உணவு, உடை எனத் தமிழ் மக்கள் யாவையும் இழந்து சொந்த மண்ணில் அகதியாய் நின்றவை எனப் பலவற்றையும் ஒரு சித்திரமாய்க் கண்முன் நிறுத்துகின்றார்.

வாழ்வில் மனிதர்களுக்குள்தான் எத்தனை பெரிய விசயங்கள் நம்பிக்கைகள், பிறர் மீது காட்டும் அதீத அன்பு, ஈடுபாடுகள் என நிகழும் சிலவற்றையெல்லாம் ஒரு படைப்பின் வழி வாசித்தடைகிற போது பல நேரங்களில் மெய்சிலிர்த்துத்தான் போகிறோம். தன் நாட்டை, இனத்தை, மொழியை, தம் சொந்தங்களைக் காப்பாற்ற அந்நியனின் தாக்குதலுக்கு தன் மகனைப் பலிகொடுத்த ஒரு தாய் அதனைத் தாங்கிக் கொள்வதும், ஆனால் அவனின் நினைவாக அமைக்கப்பட்ட நடுகல்லுக்கு மாவீரர் நாளொன்றில் ஏற்றப்பட்ட விளக்கு அணைந்து விடாதபடி பாதுகாக்க, தன் மகள் ஆரணியிடம்,

"காத்துக்கு விளக்கு நூரப்போகுது, சுளகை வடிவாய்ப் பிடி" (நடுகல், ப - 7)

என உத்தரவு பிறப்பிப்பதைப் பற்றி நாம் என்ன சொல்லிவிட முடியும். இதுதானே பகுத்தறிவினையும் தாண்டிப் பயணிக்கும் நம் வாழ்வு. அந்த மெல் உணர்வினை ஒரு படைப்பாளியாகக் காட்சிப்படுத்துவது தீபச்செல்வனின் படைப்பாளுமையன்றி வேறு என்னவாக இருக்க முடியும். மேலும் அந்தத் தாய் இருட்டுக்குள்ளாகவும் செம்பருத்திப் பூக்களை ஆய்ந்து மடியில் போட்டுக் கொண்டிருக்கிற போது மஞ்சளும் சிவப்புமான அந்தப் பூக்கள் மினுமினுப்பதும், தாயானவள் அந்த விளக்கை மகனாகக் காண்பதும், அந்த விளக்கு அணைதலைத் தன் மகனின் அணைதலாகக் கருதுவதும் மனிதர்களுக்குள் ஓடிக்கொண்டிருக்கும் நுண்ணிய நம்பிக்கைசார் உணர்வுகளைத் தானே எடுத்துரைக்கின்றது. இங்குப் புதினம் பேசுகின்ற இருட்டு, மினுமினுத்தன போன்ற சொற்பயன்பாடு போர்சார் வாழ்வின் குறியீடுகளாகவும் நீட்சியடைவது கவனத்திற்குரியது.

மேலும் மாவீரர் நாளை அந்தத் தாய்,
"இது எங்கடை பிள்ளையளின்டை நாள்" (நடுகல், ப - 9)

என ஓரிடத்தில் மொழிவதும், இன்னொரு இடத்தில் மாவீரர் தினத்தன்று இயக்கம் வீரச்சாவடைந்தவர்களின் குடும்பங்களுக்கு மாங்கன்று, தென்னங்கன்று போன்ற மரங்களைக் கொடுப்பதும் அவர்கள் அதனைக் கல்லறைகளின் அருகில் நட்டு வைப்பதும் உயிர்களுக்கு ஈடாக மரங்களை பார்ப்பதும் வளர்ப்பதும் வழக்கம் என்பதைப் பதிவு செய்யும் தீபச்செல்வன், ஒருமுறை போர்ச்சூழலால் நீண்டநாட்களாக

முள்வேலி கம்பிகளுக்குள் அடைபட்டுக் கிடந்த அந்தத் தாயானவள் வீடு திரும்பியதும் ஓடிவந்து அந்தத் தென்னங்கன்றைத்தான் முதலில் பார்த்தாள் என்பதாக வெள்ளையனின் தம்பி வினோதன் மூலம் குறிப்பிடுகின்றார்.

இன்னொருபுறம் எதிர்ப் பாசறையைச் சார்ந்த இராணுவத்தினர் தமிழரை அழித்தொழிப்பதோடு, அவர்களின் பண்பாட்டை, அடையாளத்தை அழித்தொழிப்பதில் அதிகக் கவனம் செலுத்தியதையும் தீபச்செல்வன் நாவலில் எடுத்துரைக்கின்றார். இராணுவத்தினர் நடுகல் வழிபாட்டை, நடுகல் அருகே நட்டு வைத்த மரங்களை, அவர்களின் வீடுகளில் மாட்டி வைக்கப்பட்டிருக்கும் போராளிகளின் புகைப்படங்களை என அவர்கள் புனிதமாகக் கருதும் யாவற்றையும் அழிப்பதில் கவனம் செலுத்துவதைப் பதிவு செய்துள்ளார். ஆனால் இதற்கு நாவலில் எதிர்வினையாற்றுகின்ற போது வீதியில் நகர்ந்து செல்லும் இராணுவத்தினரைப் பார்த்து நாகப்பூசணி,

"மரங்களைக் கும்பிட்டாலும் புலி உயிர்க்குமே" (ப - 10)

எனச் சொல்ல வைக்கிறார். இன்னொரு இடத்தில் நாகபூசணி, ருக்குமணி உரையாடல் மூலமாக

"எடி நாகபூசணி செத்துப் போனவங்களுக்கும் உவங்கள் பயமே? எங்கடை பிள்ளையளுக்கு நிம்மதியாய் ஒரு விளக்கு வைக்கக்கூட விடமாட்டாங்களாமே" (நடுகல், ப - 11)

எனச் சொல்வதும் சிங்கள அரசு எந்திரத்தின் தமிழின அடையாள அழிப்பு அல்லது எதிர்ப்பு அரசியலை வெளிச்சப்படுத்துவதோடு அவர்களின் அச்சத்தையும் அது புலப்படுத்துவதாகவே விளங்குகிறது.

விடுதலைப்புலிகள் இயக்கம் மற்றும் இன்னபிற விடுதலை இயக்கங்கள் குறித்த ஏராளமான அல்லது குறைந்தபட்ச விமர்சனங்களையேனும் முன்வைக்கும் ஈழத்துப் படைப்பாளிகளிடையே தீபச்செல்வன் நடுகல்லில் விடுதலைப்புலிகள் இயக்கத்தின் தமிழ் மக்கள் மேம்பாடு சார்ந்த வேறுபட்ட பல நற்செயல்கள் குறித்த பதிவுகளை மட்டுமே செய்திருக்கிறார். மட்டுமல்லாது போரில் பங்கெடுத்த பிற இயக்கங்கள் குறித்த எந்த ஒரு பதிவும் புதினத்தில் செய்யாமல் விடுபட செய்திருப்பதும் கூட அவரின் தமிழின நலன் சார்ந்த அரசியலாகவே விளங்கிக் கொள்ள முடிகிறது.

மேலும் விடுதலைப்புலி இயக்கத்தினரை ஒரு பிள்ளை பிடிக்காரர்களைப் போல ஷோபாசக்தி உள்ளிட்ட பல படைப்பாளிகள் விமர்சித்திருப்பதைப் பார்க்க முடிகிறது. குறிப்பாகப் பள்ளிக்குப் போன மாணவர்களை மூளைச்சலவை செய்து இயக்கத்திற்குக் கடத்தி விடுவதைப் போன்ற பதிவுகளை நான் நிரம்பவே படித்திருக்கிறேன். 'நடுகல்' அதற்கு மாற்றான கருத்தை முன்வைக்கிறது. நாவலின் முக்கியப் பாத்திரங்களில் ஒன்றான வெள்ளையன் பலமுறை பள்ளிப்பருவத்திலேயே இயக்கத்துக்குள் தம்மை இணைத்துக்கொள்ள வேண்டி இயக்க முகாமுக்கே சென்று முயற்சித்தும் வெள்ளையனை இயக்கம் வயது உள்ளிட்ட காரணங்ளைக் கூறித் திருப்பி அனுப்பிவிடுவதும், பலமுறை வெள்ளையனை இணைத்துக் கொள்ளும் நிலையில் தாயார் நாகபூசணி சென்று தன் நிலையைக் கூறிப் பிள்ளையை விட்டுவிடச் சொன்னவுடன் விட்டுவிடுவதாகவும் பதிவு செய்திருக்கிறது.

"என்ரை பிள்ளையை விடுங்கோ! தகப்பனும் இல்லாமல் பெரிய கஸ்டபட்டு வளர்த்த நான். எனக்கு உதவிக்கும் யாரும் இல்லை. கதறி அழுதாள் அம்மா. பொறுப்பாளர் எல்லாவற்றையும் நிதானமாகக் கேட்டுக் கொண்டிருந்தார். அம்மாவின் கைகளைப் பற்றி "அம்மா அழாதேங்கோ! எங்களுக்கு உங்கடை நிலமை தெரியும். நாங்கள் அவரைப் போகச் சொல்லிக் கொண்டுதான் இருக்கிறோம். அவர் தான் போகமாட்டன் எண்டு அடம் பிடிக்கிறார். நீங்களே வந்து அவருட்டைக் கேளுங்கோஞ். பாசறைப் பொறுப்பாளர் அலுவலகத்துக்குள் அழைத்துச் சென்றார்." (நடுகல்,ப60)

இவை தொடர்பாகத் தொடர்ந்து போராளிகளுக்கும் வெள்ளையனின் தாய் மற்றும் தம்பி தங்கையுடன் நடைபெறும் உரையாடல்களும் அந்தக் குடும்பத்தின் நலனைக் கருத்தில் கொண்டு வெள்ளையனை வீட்டுக்கு அனுப்புவதில் இயக்கம் முழுவீச்சாய்ச் செயல்படுவதை உணரமுடிகின்றது.

மேலும், போரால் பாதிக்கப்பட்ட ஈழத்தமிழ் மக்களின் குடும்பங்களைத் தத்தெடுப்பதில் விடுதலைப்புலிகள் இயக்கத் தலைமையும், அதன் போராளிகளும் அதிகக் கவனம் செலுத்துவதை நாவல் பதிவு செய்கிறது. குறிப்பாகப் போரினால் சொந்த நாட்டிற்குள்ளாகவே இடம்பெயர்ந்த மக்களுக்கு இடம்பெயர்க்கப்பட்ட பாடசாலைகளை நிறுவிக் கொடுப்பதோடு புத்தகம், உடைகளை இழந்து தவிக்கும் மாணவர்களுக்குப் புத்தகம், சீருடைகளையும் கிடைக்க

ஏற்பாடு செய்கின்றது. அதுபோல போரினால் மனம் குழம்பிக் கிடக்கும் அந்தச் சிறுவர், சிறுமிகளை நெறிப்படுத்தி மீண்டும் பள்ளி, கல்லூரிகளில் கொண்டு சேர்ப்பதற்கான செயல்களில் ஈடுபட்டிருப்பதை மாணவர் அமைப்புப் போராளி கரிகாலன் பாத்திரம் உறுதிப்படுத்துகிறது. அதுபோல இடம்பெயரும் மக்களுக்குத் தோவையான புதிய குடியிருப்புகளை அமைத்துக் கொடுப்பதில் கவனம் செலுத்தும் தமிழீழ புனர்வாழ்வுக்கழகம், விவசாயம் சார்ந்து விதை, உரம் உள்ளிட்டவைகளை வழங்கி உதவி செய்யும் தமிழீழ பொருண்மிய மேம்பாட்டுக்கழகம், தமிழீழ வன வளப்பாதுகாப்புப் பிரிவு எனப் பல்வேறு துறைகளை உருவாக்கி அவைகளின் மூலம் தமிழ் மக்கள் மேம்பாட்டில் கவனம் செலுத்துவதையும் நாவல் எடுத்துரைக்கின்றது.

தமிழகச் சூழலில் பள்ளியில் பயிலும் மாணவர்களிடம் ஆசிரியர்கள் வருங்காலத்தில் நீ என்ன செய்யப் போகிறாய் எனக் கேட்டால் அவர்கள் பொறியியல் படிப்பில் சேர வேண்டும். மருத்துவப் படிப்பில் சேரவேண்டும் எனத் தெரிவிப்பது போல, ஈழத்துப் போர்ச் சூழலில் ஆசிரியர்கள் வருங்காலத்தில் நீ என்ன செய்யப் போகிறாய் என மாணவனைப் பார்த்துக் கேட்டால் அவர்களில் பலரும் நான் தாயகத்தைக் காக்க இயக்கத்தில் இணைவேன் எனச் சொல்வது பெரும் வாடிக்கையாக இருப்பதை ஓரிடத்தில் பதிவு செய்கின்றார். ஆக, தமிழீழத்தில் பிறந்த தமிழன் ஒருவனுக்குக் கடந்தகாலக் கட்டங்களில் விடுதலை இயக்கத்தில் இணைந்து போரிடுதல் வாழ்வியல் முறையாக வாழ்வியல் அறமாக இருந்துள்ளதை நாவல் புலப்படுத்துகின்ற இடம் நமக்கு ஒரு புதிய தரிசனமாக அமைகிறது.

மட்டுமல்லாது சிறுவர்களின் விளையாட்டுகள், விளையாட்டுப் பொருட்கள் வாங்குதலிலும், கோவில்களில் நடைபெறும் நாடகங்களிலும் என யாவிலும் போரின் தாக்கம் நிறைந்திருந்ததை அறியப்படுத்துகிறது நாவல். வைரவர் கோவில் திருவிழாவில் மணியண்ணையின் இயக்கத்தில் நடைபெற்ற விடுதலை மூச்சு நாடகத்தில்,

"ஓ மரணித்த வீரனே உன் சீருடைகளை எனக்குத் தா
உன் பாதணிகளை எனக்குத் தா
உன் ஆயுதங்களை எனக்குத் தா
எங்கள் மண்ணில் உன் பெயர் எழுதி வைக்கப்படும்
நீ மடியவில்லையடா
உன்கதை முடியவில்லையடா"   (நடுகல், ப - 66)

எனப் பாடப்படும் பாடல் நாவலின் மைய நோக்கத்தை எடுத்துரைப்பதாகவும் வாழ்வு வற்றிப்போகாது ஒரு நம்பிக்கையை அளிப்பதாகவும் அமைகிறது. அது போலவே வெள்ளையனின் இறப்பின் போது இயக்கம்,

"இந்த வீரனின் புனித வித்துடல் கிளிநொச்சி மாவீரர் துயிலும் இல்லத்தில் விதைக்கப்படவுள்ளது." (நடுகல், ப-114) என்பதும் போராட்ட வரலாற்றில் நம்பிக்கைகளைச் சுமக்கும் மாற்றுச் சொற்களாக நாவலில் பயணிக்கின்றன. ஆயினும் ஒரு கட்டத்தில் வலம்புரி பத்திரிகையில் யாழ் இராணுவத் தளபதி சரத் பொன்சேகாவும் தீபனும் கைகுலுக்கியபடி நிற்கின்ற காட்சியைக் குறிப்பிட்டு அதன் மூலமாக மக்கள் சமாதானம் நிகழ்ந்துவிடும் என்பதாக எதிர்நோக்கும் இடம் நாவலின் முக்கியமான இடமாக இருக்கின்றது.

மேலும் பல்வேறு நிலையில் மனிதர்களுக்குப் பிரிவுகளினால் ஏற்படும் வலி அடையாளப்படுத்தப்படுகிறது. வெள்ளையன் இயக்கத்திற்குச் சென்ற போதும் சரி, அவன் ஒரு முறை இயக்க அனுமதியோடு சுமார் பத்து தினங்கள் வீட்டில் அம்மா, தம்பி, தங்கையோடு வந்து தங்கி வீட்டுப் பணிகளைக் கவனித்துவிட்டுத் திரும்ப இயக்கத்திற்குச் செல்கிறபோதும் சரி, அவன் மரணித்த போதும் சரி தன் அண்ணனின் பிரிவினைத் தாங்க முடியாது பாடாய்ப்படும் அவன் தம்பி வினோதனின் மனநிலை இரத்த பாசத்தின் சாட்சியங்களாய் நம்முன் நிறுத்தப்படுகிறது. ஏன் ஈழத்தமிழர்கள் வாழ்வில் மட்டும் வகைவகையாய் இத்தனைத் துயரங்கள் என்பது பிடிபடாமலேயே கிடப்பதோடு பெருத்த கழிவிரக்கத்தையும் ஏற்படுத்துகிறது.

வெள்ளையனின் தாய் தந்தையர்களான நாகபூசணி, நடராசன் திருமணம் காதல் திருமணமாக அமைகின்றது, தந்தை நடராசன் ஒரு நாடக நடிகராக விளங்குவதோடு குடும்ப பொறுப்பின்றி அடிக்கடி மனைவி குழந்தைகளை விட்டுப் பிரிந்து போய்விடுபவராக உள்ளார். குறிப்பாகத் தன் இரண்டாவது மகன் பிறந்தபோது வராமல் இருப்பதும் மகன், தன் தந்தையைத் தனது நண்பர்களான நேசராஜன், பிரியன், பூங்குன்றனின் மூலம் அவர்களின் தந்தையர்கள் குறித்த சித்திரப்படுத்தல்களின் மூலம் தேடுவதும், முதன் முதலாகப் புகைப்படமாகவே அப்பாவை அம்மா ஆல்பத்தில் இருந்து எடுத்துக் காட்டி அறிமுகம் செய்வதும் அவர் வருவார் என நம்பிக்கை ஊட்டுவதும், அப்பாவின் புகைப்படத்தை அம்மா எடுத்து முத்தமிட்டு அணைத்துக்கொள்வதும் என உறவின்

விழுமியங்கள் அன்பெனும் உணர்வலைகளாய் நாவலில் பரவிக்கிடக்கின்றன.

மேலும் நடராசன் அடிக்கடிக் காணாமல் போய்விட அவரை விவாகரத்துச் செய்வது மற்றும் நாகபூசணிக்கு இரண்டாவது திருமணம் செய்து வைப்பது குறித்த கேள்விகளும் சிக்கல்களும் உருவாகிறபோது, அதனை அவள் முற்றிலும் மறுத்து விடுவதும் தமிழ்ப் பண்பாட்டின் அடையாளமாகவே நாவலில் தீபச்செல்வன் சுட்டுகின்றார். அதுபோலவே வெள்ளையனின் இறப்பிற்கு வந்திருந்த பெரியமாமா வேலி ஓரமாகக் கள்ளு குடித்துக் கொண்டிருப்பவர் நிகழ்த்தும் குடிசார் பேச்சில்,

"நான் சண்டியன், உவன் போராளிஞ் ஊருக்குள்ளை ஆரும் பிழையாய் நடந்தால் நான் மிதிப்பன். உவன் எங்கடை நாட்டோடை ஆரும் சோட்டைவிட்டால் வெளுப்பான்ஞ் அழக்கூடாது என்ற வைராக்கியத்துடன் கள்ளைக் குடித்துக் கொண்டு பேசாமல் பார்த்துக் கொண்டிருந்தார் பெரியமாமா" (நடுகல், ப - 115)

இங்கு, கள் ஈழத்தமிழர் வாழ்விலும் இரண்டறக் கலந்திருப்பதை உணர்த்துவதோடு, சண்டியன், போராளி குறித்த ஒரு தெளிவையும் தீபச்செல்வன் முன்வைக்கின்றார். ஆனால் சண்டியரைப் பற்றிக் குறிப்பிடுகிறபோது ஊருக்குள்ளை ஆரும் பிழையாய் நடந்தால் நான் மிதிப்பன் என்பது தமிழகச் சூழலில் ஏற்புடையதல்ல. ஏனெனில் தமிழகச் சூழலில் பிழைசெய்ய பிறப்பெடுத்தவராகவே சண்டியர் விளங்குகின்றார்.

ஒரு முறை தமிழ் மக்கள் வாழ்ந்த பகுதியான கிளிநொச்சி இராணுவத்தினரால் கைப்பற்றபட்டபோது இலங்கை வானொலி கிளிநொச்சி பயங்கரவாதிகளிடமிருந்து கைப்பற்றப் பட்டதாகச் செய்தி அறிவிக்கப்படுவதை நாவல் பதிவு செய்கிறது. இங்கு மொழி, இனவெறி பிடித்த சிங்கள அரசு எந்திரத்தால், தமிழ் மக்கள் பயங்கரவாதிகளாகச் சித்திரிக்கப் படுவது உணர்த்தப்படுகிறது.

நாவலில் தேவைக்கேற்ப மண்ணின் மணம் கமழும் உவமைகள், பழமொழிகளைப் பயன்படுத்தியிருப்பதும் நாவலை வாசகனிடம் எளிதாகக் கொண்டு சேர்க்கின்ற பணியினைச் செய்கிறதென்றால் மிகையல்ல. முட்கம்பிக்குள் சிறை வைக்கப்பட்ட தமிழ் மக்களுக்கு இராணுவம் பாதுகாப்பு எனும் பெயரில் துயரினை அழித்து வருவதை,

“கரும்புத் தோட்டத்துக்குக் காட்டானை பாதுகாப்பாம்” (நடுகல், ப-150)

எனும் பழமொழியினைக் கொண்டு விவரிப்பதும், இன்னோரிடத்தில் தேக்குமரக் காட்டினைக் காட்சிப் படுத்துவதற்கு,

“துப்பாக்கி ஏந்திய போராளிகளின் வலிய கரங்கள் போல வரவேற்றது தேக்குமரக்காடு” (நடுகல், ப - 81)

உவமையினைப் பயன்படுத்துவதையும் சான்றாகக் கொள்ளலாம்.

இன்னோரிடத்தில் தமிழ் மக்கள் மீது நிகழ்த்தப்பட்ட தாக்குதலால் உள்நாட்டுக்குள்ளேயே இடம்பெயர்ந்து வாழும் மக்களில் பலரும் தம் சொந்தநிலங்களை, அதன் விளைச்சல்களை இழந்து வறுமையுற்றிருப்பதை நாவல் விவரிக்கையில் கிளிநொச்சியிலிருந்து இடம்பெயர்ந்து இருக்கின்ற ஒரு குடும்பமாக ருக்குமணியின் குடும்பம் காட்டப்படுகிறது. அவர்களின் நான்கு பிள்ளைகளும் பட்டினியால் துடிக்க இராணுவத்தால் கையகப்படுத்தப்பட்டு வைக்கப்பட்டிருக்கின்ற தம் சொந்த நிலத்திற்குள் பலரைப் போல ருக்குமணியின் கணவன் ஆன்றனியும் மகன் பிரியதர்சனும் சென்று அங்கு விளைந்து கிடக்கின்ற தேங்காய் உள்ளிட்ட பொருட்களை யாருக்கும் தெரியாமல் பிடுங்கி வர முயற்சிக்கையில் அங்கு வரும் இராணுவத்தினரால் கைது செய்யப்படுகிறார்கள். இராணுவம் அவர்களை விடுதலைப்புலிகளாகச் சித்திரித்துக் கொடுமையாகத் தாக்குதல் நடத்துகின்றது. இறுதியாக இராணுவ முகாமுக்கு அழைத்து வரப்பட்டுச் சிங்கப் பண்டாரவின் கொடிய சிந்தனையினால் ஆன்றனியின் தலையை மகனுக்குத் தெரியாமலே வெட்டிப் பொதிந்து மகனின் கையில் கொடுத்து அனுப்பிவிடப்படுவது. சிங்கள இராணுவத்தின் கொடிய செயலுக்குச் சாட்சியாக அமைகிறது.

தமிழீழ விடுதலைப் போரில் இயக்கரீதியாக வேறுபடும் பாத்திரங்களைத் தீபச்செல்வன் நடுகல்லில் பதிவு செய்ய வில்லையாயினும் தாயகத்தின் மீது பற்றில்லாது காட்டிக் கொடுக்கின்ற சுயநலவாதியாகக் கருணா போன்று பலர் இருப்பதை அடையாளப்படுத்தும் விதமாக நேசராஜ் இனங் காட்டப்படுகின்றார். நேசராஜைப் பற்றித் தீபச்செல்வன் பயன்படுத்தும் உவமை கூட அருவருக்கத் தக்கது.

“மச்சான் எங்கடை நேசராஜ் இப்ப ஆமியோட ஈயும் பீயும் மாதிரி” (நடுகல், ப - 151)

எனக் குறிப்பிடுகின்றார். மேலும் நாவலின் இறுதிப்பகுதியில் வினோதனுக்கும் நேசராஜீக்கும் இடையே நிகழ்த்தப்படும் உரையாடல்களும் முக்கியமானதாக அமைகிறது. முள்வேலி முகாம்களுக்கு வருபவர்களிடையே நேசராஜ் நல்லவன் போல் நடித்து

“இயக்கம் செய்ததெல்லாம் அநியாயம். இனியும் இனவாதம் பேச ஏலாது. சிங்கள மக்களோடை நல்லிணக்கம் ஆகவேணும்ஞ்இலங்கை ஒரு பல்லின நாடு” (நடுகல், ப - 155) எனப் பேசித்திரிவது சுட்டப்படுவதோடு, சிறு வயது முதலே அவனின் அரசியல்தனம் சார்ந்த சுயநலம் மிக்க குணாதிசயங்கள் நாவலில் சித்தரிக்கப்படுகிறது.

“இலட்சியங்களை விடவும் இவனுக்கு வசதிகள், வாய்ப்புகள், பாதுகாப்புகள் செல்வாக்குகளே தேவையாய் இருந்தன” (நடுகல். ப - 158)

மேலும், இராணுவம் இவனைக் கிளிநொச்சி அமைப்பாளராக நியமித்ததைப் பற்றி வினோதனும் அன்பழகனும் பேசிக் கொள்கிறபோது “குருட்டுநாய்க்கு வறட்டு மலம் கிடைத்த மாதிரி தான்” என்பதாகவும், அடையாளப்படுத்தப்படுகிறான்.

புதினத்தில் தீபச்செல்வன் இனவெறியும், மொழி வெறியும் அதிகாரவெறியும் பிடித்த சிங்கள அரசினால் மகிழ்வாக வாழ்ந்திருக்க வேண்டிய ஈழத்தமிழினம் தன் சொந்த நாட்டிலேயே சந்தித்திருக்கின்ற கொடுந்துயரினை வேறுபட்ட களங்களின் வாயிலாக எடுத்துரைக்கின்றார். ஒரு மனிதனுக்குள் மனிதத்துக்கு விரோதமாகப் புகுந்து கொள்கின்ற “வெறி” எனும் அந்தச் சொல்லும், அதன் செயலும் கோடான கோடி மக்களின் வாழ்வைச் சிதைத்துப் போட்டுவிட்டு இன்று அமைதியாக வேடிக்கைப் பார்க்கிறது. காலத்தால் இதற்குப் பதில் சொல்ல இயலவில்லை. தொப்புள்கொடி உறவுகளாலோ, அண்டை நாடுகளாலோ, ஐக்கிய நாட்டுச் சபையினர்களாலோ இந்தக் கொடுந்துயரைத் தடுத்துவிட இயலவில்லை. எங்கும் அரசியல், எதிலும் அரசியல் மானுடம் தோற்றுக் கொண்டிருக்கிறது என்பதையே நாவலைப் படிக்கிற போது மீண்டும் மீண்டும் உணரமுடிகிறது. நேசராஜ்களால் உலகம் இன்று கட்டமைக்கப்பட்டுக் கொண்டிருக்கிறது.

'நிலவு அவனை அறிந்து கொண்டது' ஷோபாசக்தியின் - Box கதைப் புத்தகம்

ஷோபாசக்தி ஈழத்திலிருந்து பிரான்ஸ்சுக்குப் புலம்பெயர்ந்து தன் வாழ்வை அந்த மண்ணிலேயே தகவமைத்துக் கொண்ட ஒரு சிறந்த படைப்பாளி. அவரால் படைக்கப்பட்டுள்ள 'Box கதைப்புத்தகம்' புதினம் ஈழத்தின் வன்னிப்பகுதியில் அமைந்துள்ள பள்ளன்குளம் என்ற கிராமத்தை மையப்படுத்திப் புனையப்பட்டுள்ளது. Box ஷோபாசக்தியின் கொரில்லா, ம் புதினங்களை அடுத்து வந்துள்ள இவரது மூன்றாவது புதினமாகும். புதினம் மைய்யக்கதை என்பதான ஒருதலைப்பினில் தொடங்கி முதலாம் கதை, இரண்டாம் கதை என்று நாற்பதாம் கதை வரையிலுமாக நீட்சி பெற்று இறுதியாக முற்றுப்பிரதி எனும் தலைப்பில் நிறைவு பெறுகின்றது. சில கதைகளின் உட்ப்பிரிவாக உபபிரதி 1, 2 என்பதாகப் பத்து உபப்பிரதிகளும் இந்தக் கதைப்புத்தகத்தில் உட்படுத்தப்பட்டுள்ளது. மேலும் உபப்பிரதிகளின் உட்பிரிவாகக் கதைசொல்லி தான் சொல்லுகின்ற கருத்தின் மீதான நம்பகத்தன்மையை அதிகப் படுத்துகின்ற விதமாகப் புனைவினை இயக்கிச்செல்லும் சில முதன்மைப் பாத்திரங்களைக் கொண்டு இதயராணியின் உரைமொழிப்பதிவு, மெதடிஸ்த்திருச்சபை ஊழியர் ரோமன் பக்ததாஸின் உரைமொழிப்பதிவு, பெரியவர் ஆறன் உரைமொழிப்பதிவு, சைனீஸ்திலகர் என்ற திலகராஜாவின் உரைமொழிப்பதிவு, அமிர்தகலாவின் உரைமொழிப்பதிவு என்பதான கூற்று விளக்கங்களையும் பதிவு செய்துள்ளார். இவை புதினத்தின் கட்டமைப்பில் சில புதிய முறையியலை ஷோபாசக்தி கையாண்டுள்ளதை உணர்த்துகின்றது.

ஒரு சமூக நிகழ்வினை, வரலாற்றை, கலைத்துவத்தோடு புனைவாக்குவதற்கு ஒரு படைப்பாளிக்கு அதிகப்படியான கலைத்துவமும், படைப்புக்கான தொழில்நுட்ப நேர்த்தியும்,

மொழிவளமையும், அவைசார்ந்த அரசியல் பார்வையும், அனுபவமிளிர்வும் இவை எல்லாவற்றோடும் கூடிய சமூகக் கரிசனமும் அவசியமாகிறது. இவை அனைத்தின் ஒருங்கிணைந்த வெளிப்பாட்டை Boxல் ஷோபாசக்தி வெளிப்படுத்தியிருப்பதை நாம் உணர்தல் எளிது. Box கதைப்புத்தகத்தின் முக்கியமான ஒரு அம்சம் நிலவு மற்றும் ஒரு கிளியினைப் பாத்திரமாக்கியுள்ளமை. மேலும் முதன்மைப் பாத்திரத்தை வாய்பேசாத ஒரு ஊமையாகப் புதினத்தின் இறுதிப்பகுதி வரையிலுமாக நகர்த்திச் செல்வதும் முக்கியத்துவம் வாய்ந்தது. புதினம் எழுப்புகின்ற பல கேள்விகளுக்கு முறையான பதிலின்மைக்கான ஓர் அரசியல் நுட்பமாகப் புதினம் இவைகளைக் கணக்கில் கொண்டுள்ளதோ என்பதாக இதனை எண்ணத் தோன்றுகிறது.

கதையின் மையக் களமான பள்ளன்குளம் கிராமம் பற்றிய நிலவியல் மற்றும் சமூக, மானுடவியல், வரலாற்றியல் குறிப்பு களைப் பல்வேறு சூழல்களில் புதினம் புனைவாக விரவித் தருகின்றது. இவை அனைத்து நிலைகளிலும் பள்ளன்குளம் கிராமத்தை வாசகன் தேடிப்படிக்கின்ற ஒன்றாகப் புனைவு மாற்றியிருக்கின்றது. புனைவில் எத்தனையோ சமூக விமர்சனங்களும், வரலாற்றுக் குறிப்புகளும் பதிவிடப்பட்டிருக் கின்றன. எனினும் அவை அனைத்தையும் ஒன்றிணைக்கின்ற மைய பாத்திரமாகக் கார்த்திகையாகவும், சந்த ஸ்வஸ்திக தேரராகவும் அறிமுகமாகின்ற ஒரு சிறுவன். நான்காம் கதையில் திரையில் ஒரு நாயகன் காட்சிப்படுத்தப்படுவது போல நிலவு நம்மிடையே கொண்டு வந்து சேர்க்கின்றது.

"நிலவின் கீழே ஊர்ந்தும் வளைந்தும் செல்லும் வெளிச்சம் கோடாக நகர்ந்து கொண்டிருந்த குறுகலான சாலையில் இலங்கைப் போக்குவரத்துச் சாலையின் பேருந்தொன்று வருவதை நிலவு கண்டு அது இன்னும் கீழே இறங்கிப்போனது. எகிறியும் இறங்கியும் பயணித்துக் கொண்டிருந்த பேருந்திற்குள் ஒரு மண் நிறத்தோற்பையைத் தனது மார்போடு சேர்த்து அணைத்தவாறு தூங்கிக் கொண்டிருந்த சிறுவனுக்கு பதிமூன்று வயதுகளிருக்கலாம். அவன் காக்கி நிற அரைக்காற் சட்டையும், நீலநிற அரைக்கை மேற்சட்டையும் அணிந்திருந்தான். அந்தச் சிறுவன் நன்றாகக் கொழுத்திருந்தான். அவனது தாடைப் பகுதியிலும் வயிற்றுப்பகுதியிலும் செழிப்பான தசைமடிப்புகள் உருண்டன. நிலவு அவனை அறிந்து கொண்டது" (Box கதைப் புத்தகம் 22)

என்பதாக அவனைக் குறித்த ஒரு அறிமுகத்தைத் தருகின்றது. எனினும் அவனைப் பற்றி முழுமையாக அறிந்துகொள்ளுகின்ற எந்த ஒரு விவரணையையும் பதிவு செய்யாமலேயே மிக நுட்பமாக மையக் கதாபாத்திரத்தை ஷோபாசக்தி நகர்த்திச் செல்கின்றார். எனினும் நிலவு அவனை அறிந்து கொண்டது என்பதன் மூலமும், அடுத்த பகுதியிலே அவனைக் குறித்த தகவல்களும், தேடுதல்களும் இலங்கையின் தலைமைக்காவல் நிலையத்திலிருந்து மாவட்ட மற்றும் இன்னபிற துணைமைக் காவல் நிலையங்களுக்கு நவீனத் தொழில்நுட்பங்களைப் பயன்படுத்தி இரவோடு இரவாக அனுப்பி வைக்கப்படுகின்ற பரபரப்பும், அவனை முக்கியத்துவப் படுத்துகின்றன.

மேலும் அவன் காணாமல் போனதின் எதிர்வாக கதையின் முற்பகுதியில் புலனாய்வுத் துறையினரால் விசாரிக்கப்பட்டு வந்த பிரணவன், மயூரன் என்ற இரண்டு அப்பாவித் தமிழ் இளைஞர்கள் வன்னிக் காட்டுப்பகுதியில் ஆயுதம் தாங்கிப் புலிகள் இயக்கத்தை மீளக்கட்டியதால் கொலை செய்யப்பட்டதாகத் தகவல் கசிகின்றன. இங்கு உண்மைக்கு முரண்பட்டு ஒரு சிங்களவன் காணாமல் போனதன் எதிர்வாக அதற்கு விடுதலைப்புலிகள் இயக்கமே காரணமாக இருக்கமுடியும் என்ற முடிச்சியினை மறைமுகமாக ஏற்படுத்தி ஒன்றோடு ஒன்று கட்டப்படுகின்ற நுண்ணரசியலையும் புனைவில் ஷோபாசக்தி பதிவுசெய்கின்றார்.

பின்னர் அனைவரும் பேருந்திலிருந்து இறங்கிய பின்னர்த் தூங்கிக் கொண்டிருந்த இளைஞன் நடத்துனரால் இறக்கி விடப்படுகின்றான். தேனீர்கடையில் தேனீரும் பிஸ்கட்டும் சாப்பிட்டுவிட்டுக் காசு கொடுக்காமல் செல்கிறான். காசுக் கேட்டதற்கு அந்தச் சிறுவன் தனது சட்டையை மார்பு வரை உயர்த்திவிட்டு 'பப பப பப பபஞ். எனத் தனது வாயை அகலத்திறந்து கூச்சலிட்டவாறு தனது பத்து விரல்களாலும், தனது உப்பலான வயிற்று மடிப்புகள் மீது டப டப டப டப வென அடித்துக் கொண்டு வாய் பேசாத ஊமையாகக் காட்டிக் கொள்கிறான். அவன் தேனீர் குடித்துச் சென்ற ஐந்தாம் நிமிடத்திலேயே சிறுவனின் புகைப்படத்தினைக் கைபேசியில் காட்டிப் புலனாய்வுத் துறையினர் விசாரிக்கின்றனர். சிறுவன் இராணுவத்தினரின் உணவுக்காக மாடுகளை ஏற்றிச் சென்ற ஒரு இராணுவ வண்டியில் ஏறி நடுப்பகுதியில் வண்டியை நிறுத்திய ஒரு இடத்தில் இறங்கி அருகே உள்ள பள்ளன்குளம் என்ற கிராமத்தைச் சென்றடைகின்றான். இந்நிகழ்வுகள்

அவன் குறித்த முக்கியத்துவத்தையும், தேடுதலையும் மீண்டும் வாசகனுக்குள் ஏற்படுத்துவதாக அமைகின்றது.

ஷோபாவின் கதைசொல்லலில் அதிகாரத்திற்கு எதிரான ஒரு முகம் எப்போதும் துருத்திக் கொண்டிருக்கும். அவற்றுள் உயர்சாதிய எதிர்ப்பும், விடுதலைப்புலிகள் இயக்கச் செயல் பாட்டின் மீதான எதிர்ப்பும் நீக்கமற நிறைந்திருக்கும். மேலும் இயல்பாக மனிதனிடம் இருக்கின்ற பாலியல் எண்ணங்கள், அவை தொடர்பான செயல்பாடுகள் பற்றிய புனைதலும், வக்கிரம், ஒழுக்கம் என்ற முரணில் ஒடுக்கப்படுகின்ற சமூகத்தின் மீதான விமர்சனங்களும், இந்து, கிறிஸ்தவம், சாதியம் என மதம், சாதி சார்ந்த விமர்சனங்களும் இடம் பெற்றிருக்கும் அவை இந்தக் கதைப்புத்தகத்திலும் மிகக் கூர்மையான விமர்சனத்துடன் புனைவாக்கப்பட்டுள்ளது கவனத்திற்குரியது.

ஷோபாசக்தி முந்தைய கதைகளில் பரந்துபட்ட நிலைகளில் பேசிய பாலியல் செயல்பாடுகளை Boxல் நிர்வாணம் என்ற சொல்லாடலின் மூலம் ஆதிமனிதன் ஆதாம் ஏவாளிலிருந்து தொடங்கி, ருஷ்யாவில் தோற்றம் கொண்டு அய்ரோப்பிய நாடுகளிலும் பரவிய டுகோபோர் நிர்வாணச்சங்கம், நீட்ஷே வாதிகளாக அறியப்படுகின்ற ஃபெல்வில் நிர்வாணச்சங்கத்தினர் பற்றிய குறிப்புகள் வரையிலும் பதிவு செய்துள்ளார். மேலும் முதலாம் உலக யுத்தம் நிகழ்ந்த போது பிரஞ்சு தேசத்தைக்காக்க இளைஞர்கள் கட்டாயமாகப் பிரஞ்சு இராணுவத்தில் இணைந்து பணியாற்ற உத்தரவிடப்பட்டமை, அப்போது பாரிஸ் பல்கலைக்கழகம் ஒன்றில் வானசாஸ்திர மாணவனாகப் படித்து வந்த டைட்டஸ் சாமுவேல் நிர்வாணச் சங்கத்தில் இணைந்து ஆயுதம் தரித்துப் போரில் ஈடுபடுவதைத் தவிர்த்து அறைக்குள் நிர்வாணத்துடன் படுத்திருந்தபடியே 'சமாதானம்' என்பது நிர்வாணம் என மீள மீளச் சொல்லச் செய்வதன் மூலம் அச்சொல்லை இயலாமை மற்றும் தத்துவார்த்தப் பின்னணியில் நோக்கச் செய்கிறார்.

பின்னர் டைட்டஸ் சாமுவேல் பிரான்சிலிருந்து அமெரிக்கா நோக்கிப் புறப்பட்ட கப்பல் ஒன்றில் திருட்டுத்தனமாகவும், நிர்வாணமாகவும் பயணிக்கின்றான். பயணத்தில் நியூயார்க் மொதடிஸ்தத் திருச்சபையின் தலைமை ஊழியன் வில்லியம் மணிங்கையுடனான சந்திப்பு ஏற்படவே அமெரிக்காவில் இறங்கும் போது அவன் வெள்ளை நிறத்தில் நீளமான தூய

ஆடைகளும், கழுத்தில் சிலுவையும் தரித்து மெதடிஸ்த திருச்சபையின் விசுவாசம் மிக்க ஊழியனாக இறங்குகின்றான். இந்நிகழ்வு கிறித்தவ சமயத்தின் தீவிர மதமாற்ற அரசியல் செயல்பாட்டையும் அடையாளப்படுத்துவதாக உள்ளது.

டைட்டஸ் சாமுவேல் பின்னர் இலங்கை பள்ளன்குளம் பகுதிக்கு வந்து ஊழியம் செய்கின்றார். அவர் தனது இறுதி நாட்களில் குளம் அருகே நிர்வாணமாக நின்றிருந்ததையும், நிர்வாணமாகக் குளத்தில் குளித்திருந்ததையும் மக்கள் பார்த்திருந்ததான தகவல்களைப் பதிவு செய்கின்றார். மேலும் ஈழத்தமிழர்களை இனவாத அரசு விசாரணை என்ற பெயரில் நிர்வாணமாக்குவது, தமிழ்ப் பெண்களை நிர்வாணமாக்கிப் புணர்வது, தமிழ் இளைஞர்களைக் கொலைசெய்கின்ற போது நிர்வாணப்படுத்தியே அவர்களைச் சுட்டுக்கொல்வதும் நிர்வாணம் எனும் சொல், செயலினைக் கவனப்படுத்துகின்ற கேள்விகளை எழுப்புகின்றன. மட்டுமின்றி புதினத்தின் இறுதிப்பகுதியில் இடம்பெற்றுள்ள அடிமைப்புலிகள், ப்ரவுண் மற்றும் கறுப்புநிறப் பெண்களைக் கொண்டு பாலியல் தொழில் செய்வது, விபச்சார விடுதி பற்றியதான நிகழ்வுகளும் இன்னொரு தளத்தில் முதன்மைப்படுகின்றன.

கதையின் முதன்மைப் பாத்திரமான சந்தஸ்வஸ்திகதேரா என்று பின்னர் அறியப்படுகின்ற கார்த்திகைத் தம்பி பெற்றோர்களால் மடத்தில் துறவியாகச் சேர்க்க துறவறம் பிடிக்காமல் அங்கிருந்து தப்பி விடுகின்றான். தான் அணிந்திருந்த ஆடைகளைக் கழற்றி ஒரு பையில் வைத்து மண்ணில் புதைத்து விட்டுப் பள்ளன் குளக்கரையில் உள்ள ஆதாம் சுவாமி கல்லறையைத் தேர்வு செய்து வசித்து வருகின்றான். ஒன்றுமறியாத ஊமை இளைஞனாக அவ்வூர் மக்கள் கருதிக் கொண்டிருந்த அவ்இளைஞன் அமையாள் கிழவியோடு பாலியல் சில்மிஷங்களில் ஈடுபட்டிருந்ததற்கான அடையாளங்களைக் குறியீடாக ஷோபாசக்தி கதைப் புத்தகத்தில் பல இடங்களில் புனைவாக்கியுள்ளார். குறிப்பாக இதயராணி பள்ளன்குளத்தில் குளித்துக் கொண்டிருந்த போது உடலை உரசிக்கொண்டு கார்த்திகை எழுவது, பள்ளன் குளத்து வீடுகளில் நடப்பவற்றை கார்த்திகை துவாரத்தின் வழியாகப் பார்ப்பதும் குறிப்பிடத்தக்கதாகும்.

அது போலவே பள்ளன்குளத்து தலித்பெண்கள் மீது கீறிஸ்பூதம் பாலியல் சேட்டை செய்வதும், பெண் போராளி

நாச்சியாரைக் கைது செய்த இராணுவம் அவளை நிர்வாணப்படுத்தி மணல்மேட்டில் நிறுத்திக் காட்சிப்படுத்த முயன்றபோது அதனை அறிந்த புலிகள் கண் இமைக்கும் பொழுதில் நாச்சியாரைச் சுட்டு வீழ்த்தி நிர்வாணத்திலிருந்து மீட்டெடுப்பதும், நிர்வாண நிலைக்குள்ளாகின்றபோது ஒரு பெண்ணோ ஆணோ அவசரமாகத்தன் இருகைகளை விரித்து ஆண், பெண் உறுப்புகளைப் பொத்திக் கொள்வதும் கவனத்தில் கொள்ளத்தக்கனவாகும். ஆக பாலியல் சார்ந்த உணர்வினை ஏற்றும் மறுத்தும் பல நிகழ்வுகளை நிர்வாணம் என்ற சொல்லாடலின் மூலம் புதினத்தில் விவரணை செய்கின்றார். புதினத்தில் ஓரிடத்தில் நிர்வாணம் பற்றிய உரையாடலைப் பதிவு செய்கின்ற போது,

*"நிர்வாணம் விடுதலை!, நிர்வாணம் அடக்குமுறை!, நிர்வாணம் ஆயுதம்!, நிர்வாணம் தியாகம்!, நிர்வாணம் அவமானம்!, நிர்வாணம் இயற்கை!, நிர்வாணம் பேரழிவு!, நிர்வாணம் பிறப்பு!, நிர்வாணம் சாவு!, நிர்வாணம் காதல்!, நிர்வாணம் வெட்கம்!, நிர்வாணம் வசியம்!, நிர்வாணம் கருணை!, நிர்வாணம் அருவருப்பு!, நிர்வாணம் அழகு!, நிர்வாணம் ஞானம்!, நிர்வாணம் போர்!, நிர்வாணம் சமாதானம்" (*Box *கதைப் புத்தகம், பக் - 44, 45)*

என்பதாக நிர்வாணம் குறித்த மற்றும் பாலியல் குறித்த ஒரு விவாதத்தின் அவசியத்தைப் புதினத்தில் ஷோபாசக்தி வலியுறுத்துவதும் குறிப்பிடத்தக்கதாகும்.

மேலும் சாதிய முரண்பாட்டைக் களைவதில் பிக்னல் பாதிரியின் பங்களிப்பு, பள்ளன்குளம் கிராம மக்களுக்கு அருகிலிருக்கின்ற வெள்ளாம் முறிப்பு மக்களால் பிரச்சனை ஏற்படுகின்ற தருணங்கள், சிங்களவர்களின் இன அழிப்பு தொடர்பான செயல்பாடுகளின் போது டைடஸ்சாமுவேல், ரோமன் பக்ததாஸ் உள்ளிட்டோரால் கிறித்தவ மிஷனரி சார்பாக பள்ளன்குளம் மக்களுக்குக் கிடைக்கப்படும் உதவிகளும் தலித் மக்களுக்கான ஆறுதலான விஷயங்களாகப்படுகின்றன. மேலும் ஆரம்ப நாட்களில் ரோமன் கத்தோலிக்க கிறித்தவ சபையை மீறி மெதடிஸ்த திருச்சபையோ, பெந்தேகோஸ்து திருச்சபையோ கிராமத்திற்குள் நுழைய முடியாத நிலையிருந்ததையும் புனைவு முன்வைக்கின்றது. ஒருமுறை பெந்தகோஸ்து சபையில் ஒருவர் இணைந்ததற்காக அவரது வீடே கொழுத்தப்பட்ட கிறித்தவ உள்முரண் சார்ந்த அரசியலும் முக்கியத்துவம் பெறுகின்றது.

மனிதர்கள் உணர்வுகள் சார்ந்து முரண்பட்ட முடிவுகளை எடுப்பதனையும் புனைவு காட்சிப்படுத்துகின்றது. குறிப்பாக 1983 இல் ஜீலையில் நடைபெற்ற வன்செயலினால் கதைசொல்லி தலைமையிலான குழு மண்டைத்தீவில் இருக்கின்ற வானொலி நிலையத்திற்குள் டைனமட் குண்டை வீசுகின்றனர். இந்நிகழ்வுக்குப் பின்னர்க் கதைசொல்லி தேடிப்பிடித்துப் புலிகள் இயக்கத்தில் இணைந்து பணியாற்றுவதும், குறிப்பிட்ட காலத்திற்குப் பிறகு இயக்கத்திலிருந்து தாமே தம்மை விடுவித்தும் கொள்கின்றார். அதேபோல் 'சகோதரம்' என்று அழைக்கப்படுகின்ற ரோமன் பக்ததாஸ் மெதடிஸ்த்திருச்சபை சார்பில் கிறித்தவ இறை ஊழியம் செய்துவருகின்றார். ஆனால் ஒரு கட்டத்தில் இனவாதம் அதிகமாகத் தலை தூக்கவே புலிகள் இயக்கத்தில் இணைந்து கொள்கின்றார். பின்னர், ஒரு காலத்தில் பேருந்தில் பயணிக்கும் தமிழ் மக்களை இராணுவத்தினர் கடத்திச்சென்று பேருந்தோடு எரித்துவிடும் நிகழ்வுகள் நடத்தப்படுகின்றன. அப்போது ஒருமுறை ரோமன் பக்ததாஸின் தந்தையான யோபு அற்புதம் பயணித்த பேருந்தை வழி மறித்த தமிழீழ விடுதலைக் குழுவினர் சிலர் சூழ்ச்சிதனம் செய்து யோபு அற்புதம் உள்ளிட்ட தமிழர்களை இறக்கி விட்டு விட்டுப் பேருந்தில் வந்த சிங்களவர்களைக் கடத்திச் சென்று குண்டுவைத்துக் கொலைசெய்து விடுகின்ற நிகழ்வு ஒன்று நடைபெறுகின்றது. இதனைத் தந்தை யோபு அற்புதத்தின் மூலம் கேள்விப்பட்ட பக்ததாஸ் படுகொலைகளுக்கு எதிராக இயக்கத்திலிருந்து விடுபட முயற்சிக்கின்றார்.

இயல்பாகவே அமைதியான குணமும் செயல்பாடும் கொண்டிருந்த அமையாள் கிழவியின் மகன் கார்த்திகை இனப்போரினால் பல்வேறு சிக்கல்களுக்குள்ளாகப் புலம்பெயர்ந்து பிரான்ஸ்க்குச் செல்கின்றான். பின்னர் அங்கிருந்து தன்னுடன் தங்கியிருந்த திலகருடன் கூட சொல்லாமல் புலிகள் இயக்கத்தோடு தொடர்பு கொண்டு இந்தியாவில் வந்து பயிற்சி எடுக்கின்றான். ஒருமுறை அவன் விடுதலைப்படை முகாமில் தங்கியிருந்த போது ஒரு சிங்களக்கோழி வியாபாரியிடம் புலிகள் வன்மத்தைச் செலுத்த அவன் இறந்து போகின்றான். இந்நிகழ்வு கார்த்திகையின் உள்ளுணர்வுக்கு ஒத்துவராமையால் முகாமிலிருந்து தப்பித்துவிட முயற்சிக்கின்றான். ஆனால் சூழல் காரணமாக இராணுவத்தால் கைது செய்யப்பட்டு இறந்து போவதுமான நிழ்வுகளும் மனித முரண்பாடுகளாக இனம் காட்டப்படுகின்றது.

படைப்பாக்க உத்தியின் ஒரு புதிய முயற்சியாக உலவ விடப்பட்டுள்ள 'நிலா' படைப்பின் தொடக்கத்திலிருந்து புதினம் முற்று பெறும் வரையில் பல முக்கியமான கட்டங்களில் வந்து செல்லக்கூடியது முக்கியத்துவம் பெறுகின்றது. நிர்வாண விஷயங்களைக் காட்டித் தருவதிலிருந்து, புலிகள், இராணுவம் தொடர்பான பல உளவு வேலைகளையும் ஒரு சி.பி.சி.ஐ.டி போல உரிய இடத்திற்குச் சென்று வாசகனுக்கு வெட்ட வெளிச்சமாகக் காட்டிக்கொடுப்பது நிலவுக்கே உரிய அடையாளமாகவும் தனிச்சிறப்பாகவும் கொண்டாடத்தக்கன.

"நிர்வாணம் மீது நிலவு தனது ஒளியைப் பாய்ச்சி நீர்மேல் நிற்கலாயிற்று. குளத்தின் மையத்தில் அமையாள் கிழவி பிறந்த மேனியாக மல்லாக்க நீந்திக் கொண்டிருந்தார். அப்போது பெரிய பள்ளன் குளத்தில் கார்த்திகை மாதச் சாமமாயிருந்தது" *(*Box *கதைப் புத்தகம், ப - 11)* என்பதாகப் புதினம் தொடங்கப்படுதல்,

"நிலவு வெள்ளாம் முறிப்புக் காவல் நிலையத்தைச் சுற்றி சுற்றி வந்து பார்த்தது" *(*Box *கதைப் புத்தகம், ப - 14)*

"நிலவு அந்த வாகனத்தைப் பின்தொடர்ந்து விரைந்தது"

*(*Box *கதைப்புத்தகம், ப - 15)*

"சாமங்களில் அவன் அந்தக் கிராமத்திற்குள் ஓசையெழுப்பாமல் சுற்றி வருவதையும், ஒவ்வொரு குடிசைகளின் அருகிலும் ஒட்டி மறைந்து நின்று செத்தைகளையும், ஓலைகளையும் விலக்கிக் குடிசைக்குள் கவனிப்பதையும் நிலவு கண்டிருக்கிறது" *(*Box *கதைப் புத்தகம், ப - 82)*

"வெளிச்சக் கோட்டில் வந்து கொண்டிருந்த பேருந்து நிலவு தூரமாகச் சென்ற பின்பு கிளிநொச்சிப் பேருந்து நிலையத்தில் நின்று கொண்டது" *(*Box *கதைப் புத்தகம், ப - 24)*

என்பதான முக்கியப் பதிவுகளை நிலவின் மூலமாக நிலைப்படுத்திக் கொள்கின்றார். அதுபோலவே 'பேசும்கிளி' மூலமாக அமையாள் கிழவி கார்த்திகைத் தம்பியுடனான பாலியல் தொடர்பினைக் குறியீடாக வெளிப்படுத்த கோபத்தின் உச்சிக்குச் செல்லும் அமையாள் கிழவி கிளியைக் கொன்றுவிட்டே மறுவேலையைப் பார்ப்பதும் சமூக உளவியல் நோக்கில் முக்கியமான பதிவாகிறது. இந்த இடத்தில் அமையாள் கிழவிக்கு எதிராகக் கிளியினை எல்லோருக்கும்

புரியாத ஒரு மொழியில் பேசச் செய்வதன் மூலம் அமையாள் கிழவி பாதுகாக்கப்படுகிறாள். இதன் மூலமே கதையின் மையபாத்திரமான கார்த்திகையும் பாதுகாக்கப்படுவதும் புதினத்தின் நுண்ணரசியல் சார்ந்த ஒரு அணுகுமுறையாக அமைகின்றது.

படைப்பு பலநேரங்களில் முக்கியமான பல விமர்சனங்களைச் சூட்சுமமாகவும் கூர்மையாகவும் செய்து விடுவதுண்டு. எல்லாப் படைப்புகளும் விமர்சனங்களைக் கொண்டு எழுவதில்லை. மாறாகச் சில படைப்பாளிகளின் படைப்புகளில் இத்தகையத்தன்மை அதிகமாகவே நிகழ்வதுண்டு. ஷோபாசக்தி இயல்பாகவே ஒரு போராளி. அரசியல் சார்ந்த விமர்சனங்களை எந்தச் சலனமுமின்றி முன்வைப்பவர். அந்த வகையில் அவர் இந்தக் கதைப்புத்தகத்தில் தான் முன்வைக்க கருதிய பிரச்சினைகளை விமரிசனப் பூர்வமாகவும் படைப்பின் நெகிழ்வு குறையாமலும் புனைவாக்கிவிட்டார் என்றே சொல்லவேண்டும்.

1813 ஆம் ஆண்டு காப்டன் டென்னிஸன் ஸ்டிவ் தலைமையில் வவுனியாவைச் சேர்ந்த அமையான் கிராமத்தில் ஆங்கிலேயப் படைகளுக்கும் பண்டார வன்னியனுக்குமாக நடைபெற்ற போரில் ஆங்கிலேயப்படைப் பெட்டி (Box) வடிவ உத்தியைக் கையாண்டு பலரையும் கொலை செய்கின்றது. போரில் பண்டார வன்னியன் இறந்து விட்டதாகக் கருதி வொன்ட்றி போர்க்கால் அவன் நினைவாக ஒரு நினைவுக்கல் அமைத்து வரலாற்றுப் பிழையைச் செய்கின்றான். பெட்டியை உடைத்துத் தப்பிய பண்டார வன்னியன் 1810 ஆம் ஆண்டுகளின் பின்னர் இறந்துபோகிறான். இங்கு கையாளப்பட்ட பெட்டி (Box) வடிவ உத்தியை ஷோபாசக்தி சிங்கள இராணுவம், புலிகள் இயக்கம், என்பதோடு தமிழ் மக்களின் விளையாட்டுக்களிலும் இரண்டற கலந்திருப்பதைக் காட்டுகின்றார். இறுதியாக முள்ளிவாய்க்காலில் தமிழினம் அழிந்துபடுவதற்கும் இந்தப் (Box) பெட்டியே காரணமாகின்றது. அதனை மையப்படுத்தியே புதினத்திற்கு இந்தப்பெயர் வழங்கப்பட்டிருப்பதையும் உணரமுடிகிறது.

மேலும் தொழிற்சங்கவாதியான சைனீஸ்திலகர் மூலமாகச் சில இடங்களில் கம்யூனிசத்தை விமர்சிப்பதும் அரசியல் முக்கியத்துவம் வாய்ந்த ஒன்றாகும். ஒருமுறை சைனீஸ்திலகர் மற்றும் அமையாள் கிழவியின் மகன் கார்த்திகை ஆகிய

இருவரும் இராணுவத்தினரால் கைது செய்யப்பட்டு விசாரிக்கப்பட இருந்த நிலையில் திலகர் இவ்வாறாகக் குறிப்பிடுகின்றார்.

"எதிராளியைப் பேசி வெற்றி கொள்ளும் என்னுடைய திறன் அன்று என்னைத் துப்புரவாகக் கைவிட்டுவிட்டது. நான் நினைக்கிறேன் என்னுடைய பேசும் திறன் மார்க்ஸிய விவாதங்களில் மட்டும்தான் வெற்றியடைகிறது. ஏனெனில் அங்கு நிலையானதாகவும் மாற்றப்படாதவையாகவும் தேர்ந்தெடுக்கப்பட்டவையாகவும் மிகக் குறைவான சொற்களே உள்ளன. ஆனால் ஓர் இராணுவப் புலனாய்வு அதிகாரிக்குப் பதிலளிக்கப் புதிய புதிய சொற்களும் தேடலும் சிந்தனையும் அதிக அளவில் தேவையாக இருக்கிறது" *(Box கதைப் புத்தகம், பக் - 161,162)*

என்பதாகப் பதிவு செய்வதன் மூலம் கம்யூனிச பேச்சும், செயல்பாடும் சமூகத்துடனான நெருக்கமின்றி வெறுமையில் சித்தாந்தத்தளம் சார்ந்திருப்பதாக விமர்சிக்கப்படுவதை உணர முடிகின்றது. இத்தகையதானப் பதிவுகள் இன்னும் ஒருசில இடங்களில் திலகரால் முன் வைக்கப்படுகின்றது.

மேலும் புலிகள், இராணுவம், வெள்ளாள உயர் சாதியம், பைபிள் சார்ந்த விமர்சனங்களும் கட்டுடைப்புகளும் ஆங்காங்கே புனைவில் பதிவு செய்யப்பட்டிருப்பதும் அரசியல் முக்கியத்துவம் வாய்ந்த பதிவுகளாகும்.

புனைவின் களமான பெரிய பள்ளன் குளத்திற்கு ஒரு சமயம் அங்குள்ள மக்கள் கார்த்திகை குளம் எனப் பெயரிட முனைப்பு கொள்கின்றனர். சிங்கள அதிகாரிகளும் இராணுவமும் கார்த்திகை என்னும் பெயர் பள்ளன் குளத்தின் முதல் போராளி ஒருவனின் பெயர் என்பதை அறிந்து அதற்கு அனுமதி வழங்க மறுப்புத் தெரிவித்து விடுகின்றது. மட்டுமின்றி அந்தக் கிராமத்தில் வசித்த மக்களை முற்றிலுமாக விரட்டிவிட்டுக் குறிப்பிட்ட ஒரு நாளில் கிராமம் முழுவதையும் இராணுவத்திற்குச் சொந்தமான ஒரு பகுதியாகக் கையகப்படுத்திவிடுவதும் முதன்மையானதாகும். இங்கு ஷோபாசக்தி பேரினவாத அடக்குமுறை அரசியலை அடையாளப்படுத்துவதோடு விவிலிய வசனம் ஒன்றினையும் கேள்விக்குட்படுத்துவது கவனத்திற்குரியதாகும்.

"என் நாமத்தின் நிமித்தம் நீங்கள் எல்லோராலும் பகைக்கப்படுவீர்கள். முடிவு பரியந்தம் நிலைத்திருப்பவனே இரட்சிக்கப்படுவான்.

ஒரு பட்டணத்தில் உங்களைத் துன்பப்படுத்தினால் மறுபட்டணத்திற்கு ஓடிப்போங்கள். மனுஷகுமாரன் வருவதற்குள்ளாக நீங்கள் பட்டணங்களையெல்லாம் சுற்றி முடியாதென்று மெய்யாகவே உங்களிற்கு சொல்கிறேன்" (Box கதைப் புத்தகம், ப - 220)

மேலும் முள்ளிவாய்க்காலில் போர் முற்றுப் பெற்றமைக்குப் பின்பாக 2015 இல் புதிதாகப் பொறுப்பேற்ற மகிந்த ராஜபக்சே அரசு, மக்களின் நம்பிக்கைக்குரிய செயல்களில் ஒன்றாக விளங்கிக்கொள்ளும் வகையில் புலம்பெயர்ந்து சென்ற எழுத்தாளர்கள், கலைஞர்கள் உள்ளிட்ட அனைவரையும் அச்சமின்றி நாடு திரும்பலாம் என்று அறிவிக்கின்றது. பின்னர் நாடு திரும்பிய 'மனுவேற்பிள்ளை சுகிர்தா' என்பவரை விடுதலைப்புலிகள் இயக்கத்தில் செயற்பட்டதாகக் கூறி அவரை விமான நிலையத்திலே தடுத்து வழக்குப்பதிவு செய்வதான அறிவிப்பினையும் புனைவு அரசியல் விமர்சனமாகவே பதிவு செய்கின்றது. மேலும் 'மனுவேற்பிள்ளை குறித்த இந்த அறிவிப்பின் போது கதைசொல்லியின் விமானப் பயணம் கொழும்பை நெருங்கிக் கொண்டிருப்பதும் அதனால் அவரின் மனம் கொள்கின்ற கலக்கமும் கவனத்தில் கொள்ள வேண்டிய தமிழனின் பேரவலமாகச் சித்திரித்துக் காட்டுகின்றார்.

புகலிடம் சார்ந்து பேசுகின்றபோது பாரிஸ் நகரத்து வைட்சேர்ச் பற்றிக் குறிப்பிடும் வரலாற்றுக் குறிப்புகள் முக்கியத்துவம் பெறுகின்றன. 1875 ஆம் வருடம் கட்டப்பட்ட வைட்சேர்ச்சானது உலக மகாயுத்தம் நடந்து பாரிஸ் மக்கள் எல்லோரும் திசைக்கொன்றாக ஓடிக்கொண்டிருக்க, மக்களின் அழிவில் இடைவிடாது கட்டி எழுப்பப்பட்டது என்று குறிப்பிடுகின்றார். அத்துடன் 1871 இல் பாரிஸ் தொழிலாளர்கள் நடத்திய பாரிஸ் கம்யூன் புரட்சியால் விளைந்த பாவத்திற்குப் பிராயச்சித்தமாகவே கட்டப்பட்டது என்பதுமான வரலாற்றுக் குறிப்புகளையும் கொடுக்கின்றார். இன்னொரு இடத்தில் வைட்சேர்ச் பற்றிக் குறிப்பிடுகின்ற போது. அந்தச் சர்ச் அடிவாரத்தில் சுற்றுலாவரும் மக்களுக்குச் சிறிய சாமான்களை விற்றுத் திரிந்த பிரஞ்சுக் காலனி செனகல் நாட்டைச் சேர்ந்த மம்முடுபூபா என்ற புலம்பெயர்ந்த மனிதன் ஒரு கிறிஸ்துமஸ் தினத்தன்று அதிரடிப்படையைச் சேர்ந்த ஒருவனால் கொலைச் செய்யப்படுவதும், காவல் அதிகாரி அவன் ஒரு பயங்கரவாதியாக இருக்கலாம் என்று சுட்டேன் எனக் குறிப்பிடுவதும் புலம்பெயர் வாழ்வு குறித்த நுண் அரசியலையும் வாசகனுக்குக் கையளிப்பதாய் உள்ளது.

இன்னொரு நிலையில் புகலிடம் வந்த ஈழத்தமிழர்களின் வாழ்வு குறித்த பதிவும் முக்கியத்துவம் பெறுகின்றது. குறிப்பாகச் சைனீஸ் திலகர் மூலமாகப் புலம்பெயர்ந்த தமிழர்கள் தங்கியிருக்கின்ற ஓர் அறை குறித்த காட்சிப்படுத்தலும், ஈழ அரசியல் குறித்த பிரச்சனைகளும், அதன் விளைவாகப் புலம்பெயர் நாடுகளில் இவர்களால் அரங்கேற்றப்படுகின்ற பல கொலைகள் குறித்த பதிவுகளும் குறிப்பிடத்தக்கன. ஆக Box கதைப்புத்தகம் அதிகார வர்க்கத்தினரின் நுண் அரசியலைப் பல்வேறு நிலைகளில் விமர்சனப்படுத்துவதோடு பல கருத்தாக்கங்களைக் கட்டுடைப்பதிலும் மிகத் தீவிரமாகச் செயல்படுகின்றது.

'வேலியே பயிரை மேய்ந்த கதை'
தமிழ்நதியின் - பார்த்தீனியம்

ஈழத்தில் சுமார் 1955களில் துவங்கிய தமிழின ஒடுக்கு தலுக்கான போரானது 1980 - 2009 காலகட்டங்களில் உச்சத்தைத் தொட்டு முள்ளிவாய்க்காலில் தமிழீழ விடுதலைப் புலிகள் இயக்கத்தின் தலைவர் பிரபாகரன் படுகொலை செய்யப்பட்டதன் மூலம் முடிவுற்றதாகக் கருதப்படுகிறது. எனினும் ஈழத்தமிழ் மக்களின் மீதான ஒடுக்குமுறை மழைவிட்டும் தூவானம் விடாத கதையாக முற்றுபெறாது தொடர்கின்ற வரலாற்றுப் பதிவினை அவை சார்ந்த விமர்சனங்களைத் தமிழ்நதியின் பார்த்தீனியம் பதிவு செய்திருப்பதன் மூலம் மானுடத்தின் முரண்களை எழுதிச் செல்கிறது என்றே சொல்ல வேண்டும். அந்த வகையில் சமகால ஈழத்தமிழ் நாவல் வரிசையில் முக்கியத்துவம் வாய்ந்த ஒரு நாவலாகத் தமிழ்நதியின் 'பார்த்தீனியம்' விளங்குகின்றது.

ஈழப்போரின் தோற்றுவாய், விடுதலை இயக்கங்களின் உருவாக்கம் அவைகளின் எழுச்சி, அவைகளின் முரண்பாடும் சிதைவும், சிங்கள அரசு மற்றும் இராணுவத்தின் அதிகாரங்களும் இன அழித்தொழிப்பும், மக்களின் நிலைப்பாடு, நிலங்கள், நினைவுகள் திரிந்து போதல், சாதியம், பெண்ணியம், புகலிடப்பயணம், புகலிட வாழ்வு, அந்நிய நாடுகளில் தமிழர்களின் பண்பாட்டுச் சிதைவு, அங்கு நிகழ்கின்ற நிறத்துவேசங்கள், அமைதிப்படையின் ஆரோக்கியமற்ற செயல்பாடுகள் என வேறுபட்ட களங்களில் எழுதிச்செல்லும் நாவல் வரிசைகளில் 'பார்த்தீனியம்' புகலிடம் சார்ந்த விசயங்களை முற்றிலும் தவிர்த்துத் தமிழீழ விடுதலைப்புலிகள் இயக்கப்போராளியாக விளங்குகின்ற வசந்த் என்கிற பரணி மற்றும் அவர்தம் காதலி வானதி எனும் இருமுக்கிய கதாபாத்திரங்களின் வழியாக நாவலை எழுதிச்செல்கின்றார்.

தமிழ்நதியைப் பொறுத்தமட்டில் அவரை ஒரு புலி ஆதரவாளராகவே கேள்விப்பட்டிருக்கிறேன். ஆனால் பார்த்தீனியத்தில் அப்படியொரு முழுமையான புலி ஆதரவு நிலையை அவர் எடுத்திருப்பதாக எனக்குத் தெரியவில்லை. இதுவரையில் வெளிவந்துள்ள பல நாவல்களும் கட்டுரைகளும் இயக்கச் செயல்பாடுகள் குறித்துப் பதிவு செய்கின்ற போது விடுதலைப்புலி அமைப்பினரே ஈ.பி.ஆர்.எல்.எப், புளட், ரெலோ போன்ற இயக்கங்கள் மீது தமது மேலாதிக்க வன்மத்தைச் செலுத்தியதாக, ஜனநாயகமற்ற போக்கைச் செயல்படுத்தியாகக் குறிப்பிடுவதைப் பார்க்க முடிந்தது. ஆனால் தமிழ்நதி இந்த நாவலில் ஒரு கட்டத்தில் இந்திய அமைதிப்படை குறித்து மிகக்கடுமையான விமர்சனத்தை முன்வைப்பதோடு மேலே குறிப்பிட்டுள்ள பல அமைப்புகளும் கூட விடுதலைப் புலியினரை அழித்தொழிப்பதில் கவனம் செலுத்துகின்ற ஒரு போக்கைப் பதிவு செய்திருப்பது முக்கியமானதாகிறது. ஆனால் அவ்இயக்கங்கள் அத்தகைய ஒரு நிலைப்பாட்டை எடுப்பதற்கான சில தவறுகளை விடுதலைப் புலியினர் செய்திருந்ததையும் பரணி, தனஞ்செயன் உள்ளிட்ட பாத்திரங்களின் உரையாடல் மூலம் ஆங்காங்கே தமிழ்நதி வெளிப்படுத்தி இருக்கின்றார். இத்தகையதான எளிய உரையாடல்களே நாவலை ஒரு பக்கச்சார்பற்றத் தன்மையுடையதாக நகர்த்திச் செல்வது கவனத்தில் கொள்ள வேண்டியதாகும்.

பொதுவாக ஈழப்போராட்ட வரலாற்றில் அமைதிப்படையின் அதிகார துஷ்பிரயோகம் குறித்த விமர்சனங்களைப் பலரும் பலவாறாக எழுதிச் செல்வதை மறுப்பதற்கில்லை. குறிப்பாக ஈழத்தமிழர்களின் நிலம்சார் உடமைகள் சுரண்டப்பட்டதாகவும், தமிழ்ப்பெண்கள் பாலியல் வன்கொடுமை செய்யப்பட்டதாகவும் ஆன பதிவுகள் எழுத்துக்களில் நிரம்ப இடம் பெற்றிருப்பதைக் காணலாம். ஆனால் 'பார்த்தீனியம்' இத்தகையதான குற்றச்சாட்டை முன்வைப்பதோடு கூடவே பிறவிடுதலை இயக்கங்களோடு சேர்ந்து கொண்டு பக்கச்சார்புடைய நுண்ணரசியல் நடவடிக்கைகள் மூலம் விடுதலைப் புலியினரைக் காயப்படுத்த விளைகின்ற அதிகாரத்தையும் இனங்காட்டுகின்றார். அதுபோலவே தமிழ் மக்களைச் சிங்கள இராணுவத்தை விட அதிகமான துயரத்துக்கு உள்ளாக்கியவர்கள் அமைதிப்படையினர் என்ற ஒரு குற்றச்சாட்டையும் முன்வைக்கின்றார். இது முழுமையாக ஏற்புடைய ஒன்றாக கருத முடியவில்லை, ஆயினும் அமைதிப்படையின் சில

ஆரோக்கியமற்ற செயல்களின் வலியினால் ஏற்பட்ட விமர்சன நெடியாக இதனைப் புரிந்துகொள்ள வேண்டியுள்ளது.

"அமைதிப்படை எவ்வளவு அபத்தமான அடைமொழி! ஆபத்தானவர்களென வந்தவர்களே இந்த மண்ணுக்குப் பேராபத்தைக் கொணர்ந்தனர். அவர்கள் எங்கள் மக்களைத் தங்கள் வீடுகளிலிருந்து ஓடஓட விரட்டினர். தெருக்களிலும் அகதி முகாம்களிலும் கொன்று குவித்தனர். பசியும், நோயும், பயமும் விரட்ட கிராமம் கிராமமாக அலைந்து திரியவிட்டனர். தேடுதல் நடவடிக்கை என்ற போர்வையில் எமது பெண்களைப் பாலியல் ரீதியாக இழிவுசெய்தனர். தமது இச்சை தீர்ந்ததும் ஈவிரக்கமின்றி அந்தப் பெண்களைக் கொன்று கிணற்றுக்குள் தள்ளினர். ஆழக்குழி தோண்டிப் புதைத்தனர்" *(பார்த்தீனியம், ப-388)*

இந்திய அமைதிப்படையின் முரண்சார் செயல்பாடுகளை, "வேலியே பயிரை மேய்ந்த கதையாக" 'பார்த்தீனியம்' பதிவு செய்கிறது. இன்னும் சொல்லப்போனால் ஈழத்து நிலவியல் குறித்த சரியான புரிதலின்மை மற்றும் புலிகளின் கண்ணி வெடிகளுக்குள் சிக்கி அமைதிப்படை தோற்றுப் போனதையும் கவனப்படுத்துகிறது. அமைதிப்படை மீதான எதிர்ப்பு ஈழத்தில் அதிகப்படவே இந்தியாவுக்குத் திரும்ப நேரிடுகின்ற போது அவர்களின் முகங்களிலும், செயல்களிலும் ஏற்பட்ட மாற்றங்களை அவதானித்து ஒரு மதிப்பீடை முன்வைப்பதும் முக்கியத்துவம் வாய்ந்ததாகிறது. இங்கு மானுட முரண்களையும் எதிர்வுகளையும் தமிழ்நதி கூர்மையாக அவதானிப்பதோடு அதனை நாவலுக்குள் கொண்டு வந்திருப்பதை நாவலின் வெற்றியாகப் பார்க்க முடிகின்றது.

"அவனுடைய விழிகளில் பழைய விசமத்தனத்தைக் காணவில்லை அருவருப்பான தனது நடத்தைகளுக்காக வருந்துபவனைப் போல அக்கணம் தோன்றினான். குண்டுகளில் சிக்காமல் உயிர் பிழைத்துக் கிடந்து வீட்டுக்குப்போகும் மகிழ்வோ என்னவோ முகத்தில் சினேகமான புன்னகைஞ்" *(பார்த்தீனியம் ப-487)*

இந்திய அரசு குறித்த விமர்சனங்களையும் நாவலில் ஆங்காங்கே பார்த்தீனியம் முன்வைக்கின்றது. இலங்கைத்தீவு இந்தியாவுக்கு மட்டுமின்றிச் சீனா, அமெரிக்கா போன்ற நாடுகளுக்கும் தேவையான ஒன்றாக இருக்கிறது. இதில் அண்டைநாடாகவும், ஒரு பிரதான நாடாகவும் விளங்குகின்ற

இந்தியாவின் தேவை இன்னும் கொஞ்சம் அதிகம்தான் என்பதையும் நாவல் உணர்த்துகிறது. நாவலின் இறுதிப் பகுதியில் மக்கள், புலிகள், பிரேமதாசா போன்றோரின் எதிர்ப்பில் அமைதிப்படை இலங்கையை விட்டுக் கட்டாயம் போகவேண்டிய சூழல் ஏற்பட்டுக் கிளம்புவதை ஜீவானந்தம் பரணியின் உரையாடல் கவனப்படுத்துகிறது. ‘பெயருக்குத்தான் போறாங்கள் அவங்களால இந்தத் தீவை வேறொரு நாட்டுக்கும் விட்டுக் குடுக்கேலாது’ என்பதான பதிவு “இலங்கைத் தீவை” அங்கு வாழ்கின்ற தமிழ்மக்கள் தன் இரத்தமும் சதையும் கலந்த ஒரு நிலமாகத் தரிசிக்கிறபோது அது இயக்கவாதிகளுக்கு அதிகாரம் பண்ணுகின்ற ஒன்றாகவும், சிங்களவர்களுக்கு அடிமைப்படுத்துகின்ற ஒன்றாகவும், அண்டை நாடுகளுக்கு தமக்கான, தம்மக்களுக்கான தேவையைப் பூர்த்திச் செய்து கொள்கின்ற ஒரு களமாகவும் விளங்குவதைப் புரிந்து கொள்ள முடிகிறது. இவை எல்லாவற்றையும் மானுடத்தின் முரண்களாகவே பார்க்கமுடிகின்றது.

இவைகளுக்கு நேர்மாறாக அமைதிப்படை இலங்கைக்குள் புகுந்த தருணங்களிலும், இந்தியா, ‘ஓபரேஷன் பூமாலை’ நிகழ்த்திய போதும், ஈழத்தமிழ் மக்கள் இந்தியா மீது கொண்டிருந்த நம்பிக்கை என்பது மிக அபாரமாகவே இருந்துள்ளமையும் சுட்டப்படுகிறது. பிளேனாலை சாப்பாடு போடுறாங்கள் என்ற மக்களின் குரலும், “ஜெயவர்த்தனா இனி நெட்டில் பாக்கட்டுமன்” என்ற அருமை நாயகத்தின் குரலையும் ஈழத்தமிழ் மக்களின் ஒருமித்த குரலாகப் பதிவு செய்கிறார்.

பள்ளி வகுப்பறையில் ஏற்படுகின்ற வசந்தன், (பரணி) வானதி காதல், பரணி மற்றும் நான்கு பேர் ஒன்றாக விடுதலைப்புலி இயக்கத்தில் சேர்தல், அவர்கள் கடல்வழியாகத் தமிழகத்தின் வேதாரண்யம் பகுதிக்கு அழைத்துவரப்படுதல். பின்னர் மதுரைக்கு அழைத்து வரப்பட்டு அங்குக் குடியமர்த்தி அணி அணியாக மலைப்பகுதிகளுக்கு அழைத்துச் செல்லப்பட்டுப் பயிற்சியளித்து அவர்களைப் போராளிகளாக இலங்கைக்கு அனுப்பப்படுதல். சென்னையில் செயல்பட்டு வருகின்ற விடுதலைப்படை அலுவலகத்துக்குப் பொறுப்பாளராக நியமித்தல் எனப் பலவும் நாவலில் சித்தரிக்கப்படுகிறது.

மேலும் பயிற்சியின் கடுமை, பயிற்சியாளர்களுக்கு மாற்றுப்பெயர் வழங்குதல், பயிற்சி முடிய போராளிகளோடு பிரபாகரனே நேரடியாக வந்து உரையாடுவது என்பன

குறிப்பிடத்தக்கனவாகும். அத்துடன் பரணி கலந்து கொண்ட பயிற்சி இறுதி கட்டத்தை நெருங்கிய வேளையில் களத்திலேயே பல இளைஞர்கள் இயக்க ஜனநாயகம் பற்றிப் பேசுவதும், எந்த விடுதலை இயக்கம் எனத் தெரியாமலே வந்து முதலில் இணைந்து கொள்ளுதலும், பின்னர் மாற்று இயக்கம் கட்டவிளைதல் என்பன அரசியல் முக்கியத்துவம் வாய்ந்தவையாகும். மேலும் புலிகளுக்கு எம்.ஜி.ஆர் பெரிய அளவில் உதவி செய்திருப்பது, புலிகள் உள்ளிட்ட பல இயக்கங்களுக்குச் சென்னையில் அலுவலகம் இருந்திருப்பது, தமிழகத்திலேயே பல பயிற்சிக்களங்கள் செயல்பட்டிருப்பது, தமிழகத்தில் மிக சுதந்திரமாக ஒரு காலகட்டத்தில் ஈழவிடுதலை இயக்கங்களின் செயல்பாடுகள் இருந்துள்ளமை எனப் பல தகவல்கள் பேசப்பட்டிருப்பதும் ஒரு நல்ல விவாதத்தைத் தூண்டுவதாகவே புரிந்துகொள்ள முடிகிறது.

பயிற்சிக்களம், போராட்டக்களம் என்பதோடு தனது நாடு, மக்கள், இயக்கம் குறித்த கரிசனத்தோடு மிகத் தீவிரமாக இயங்கும் பரணியைத் தனது காதலியான வானதியின் எண்ணம் எப்படி ஊடுருவிப் பின்னிப்பிணைந்து மனதைச் சிக்கலுக்கு உள்ளாக்குகிறது. இயக்கத்தை வழிநடத்துகின்ற மூத்த பொறுப்பாளர்களில் மாத்தையா போன்றவர்களின் அணுகுமுறை இயக்கவிதிகளைத் தாண்டி எப்படி தம்மைச் சார்ந்தவர்களுக்கான ஒன்றாக மாற்றம் பெறுகின்றது. அது பரணி போன்ற நேர்மையான இயக்க விசுவாசம் மிக்கவர்களை எப்படி பாதிக்கின்றது என்பனவும் கவனத்திற்கு உரியதாகின்றது. உயிருக்குயிரான தன் காதலியை முதன்மைப் படுத்தாது மக்களுக்காக இயக்க அர்ப்பணிப்போடு தம்மை அடைக்கலப்படுத்தும் பரணிக்கு நாலாபுறம் இருந்து வருகின்ற நெருக்கடிகள் துயரம் நிறைந்தவையாக உள்ளன.

பரணி சில தருணங்களில் வானதியைத் தேடிவந்து விடுதியில் சந்திக்கும் சில பொழுதுகளின் கடினத்தன்மை. வானதி பரணியைத் தாயாக மீட்புக்காகப் போராட்டக்களத்துக்கு ஒப்புக்கொடுத்துவிட்டு மனம் விரும்பும் நேரங்களில் பரணியைச் சந்திக்க முடியாமல் அவள் அடையும் துயரங்களும் சொல்லிமாளாதவை. வானதி இயல்பாகவே வறுமையான குடும்பத்தைச் சேர்ந்த ஒரு பெண். ஒரு கட்டத்தில் போரின் தாக்கத்தால் சிங்களவர்கள் - தமிழர்களின் முரண்கள் அதிகமாக, வானதியின் தந்தை அருமைநாயகத்தால் சிங்களவர்களால் அதிகம் பிரச்சினைக்கு உள்ளாகும் இடத்திற்குச் சென்று பணிசெய்ய முடியாமல் வேலையை விட்டுவிட நேர்கிறது.

வறுமை உச்சத்தைத்தொடப் பல்வேறு நெருக்கடிகளுக்கு இடையில் வானதி பல்கலைக்கழகம் சென்று பட்டப்படிப்பை மேற்கொள்கிறாள். வறுமை, போரின் நெருக்கடி இவைகளின் ஊடாகவே பரணியைத் தேடும் மனது அவனைக் கண்டடைய முயல பயணிக்கும் வழிநெடுகிலும் முரண் இயக்கங்கள், சிங்கள இராணுவம், இந்திய அமைதிப்படையினரால் நேரும் சோதனைகள், அவமானங்கள், துயரங்களைக் கடந்து வவுனியா, யாழ்ப்பாணம் எனப் பரணி பொறுப்பேற்றிருக்கும் இடங்களில் சென்று உயிரைப் பணயம் வைத்து அவனைச் சந்திப்பதைக் காணமுடிகின்றது.

பரணிக்கு இயக்கமா, தமிழ் மக்களா, காதலியா என்கிறபோது காதலியை இறுதிவரை இரண்டாம் இடத்தில் வைத்து இயக்கத்தை முதன்மையானதாக விசுவாசித்ததால் இறுதியாக வானதி அவனுக்குக் கிடைக்காது போகிறது. இறுதியாகப் பரணி இயக்கத்தோடு முரண்பட அதுவும் கைகொடுக்காது விட்டுவிடுவதும் ஈழப்போரின் கோரத்தாண்டவத்தில் இருவருமே தன் வாழ்வை இழந்து போவதை 'பார்த்தீனியம்' பதிவு செய்கிறது. இவர்கள் இருவரின் மூலமாக நிகழ்த்தப்படும் உரையாடல்களின் வழி தமிழ்நதி வேறுபட்ட பல சமூகத் துயரங்களையும் வெளிப்படுத்துகின்றார். குறிப்பாகக் காதல், வாழ்வின் பல துயரங்களைச் சகித்துக்கொண்டு வாழ அடித்தளம் அமைத்துக்கொள்வதையும், அத்தகைய ஒரு அடர்த்தியான ஆற்றல் காதலுக்கு இருப்பதையும் நாவலில் உணர்த்துகிறார்.

"எங்களை மாதிரி ஒரு சமூகத்தைப் பொறுத்த மட்டில் காதல் ஆடம்பரமானதுதானோ எண்டு சில சமயம் நினைப்பேன். அவன் அவளுடைய கண்களைப் பார்த்துச் சொன்னான்.

அப்பிடிச் சொல்லேலாது என்னதான் குண்டு வீச்சுக்குள் பதறித் துடிச்சாலும் அகதியளா அலைஞ்சாலும் சாவோட சண்டைக்கு நிண்டாலும் காதல்தான் இந்த வாழ்க்கையைச் சகித்துக் கொள்ள பண்ணியிருக்கு அது மட்டும் இல்லாம போனா நாங்கள் எவ்வளவு வறண்ட மனுசரா மாறியிருப்பம்" (பார்த்தீனியம் ப507) எனும் வானதியின் கூற்று மிகவும் முக்கியத்துவம் வாய்ந்ததாகின்றது.

ஓரிடத்தில் வாழ்வின் அசைவியக்கம் ஒரு போதும் நின்று போவதில்லை. சனங்கள் வேலைக்குப் போகிறார்கள். கோயிலிலிருந்து திரும்பி வருகிறார்கள். இன்னமும் கடவுளை

நம்புகிறார்கள் எனும் பதிவுகள் வாழ்வின் பயணம் எந்த துயரங்களையும் கடந்து பயணித்தலே என்பதை உறுதி செய்கின்றது.

நாவலின் மையப்பாத்திரமான "பரணி" மூலம் இயக்கம் குறித்த பல கருத்தியல் விவாதங்களை நாவலில் தமிழ்நதி ஏற்படுத்துகிறார். தாம் சார்ந்திருக்கும் இயக்கத்தின் மீதான பற்று மிகுதியால் இயக்கப் பொறுப்பாளர்கள் அனைவரும் இயக்கத்தின் விதிகளைச் சரியாகக் கடைபிடிக்க வேண்டும் என்ற எண்ணத்தை வலியுறுத்தல். தமது இயக்கத்தின் மீதான விமர்சனங்களைச் சில நேரங்களில் வன்மத்தோடு எதிர்கொள்ள விளைதல்.

பரணி ஜீவானந்தத்துடனான ஓர் உரையாடலில் வளவு இப்பிடி காடுமண்டிக் கிடக்குது நல்ல மரஞ்செடி கொடிகளை விட்டிட்டு களையளை மட்டுமெண்டாலும் வெட்டினாலென்ன என்ற கேள்வியைப் பரணி எழுப்புகின்றபோது இந்த உலகம் எல்லா ஜீராசிகளுக்குமானது. பிரயோசனமில்லாத ஒண்டை அழிக்கிறதாயிருந்தா முதலிலை மனுசனைத்தான் அழிக்கணும். அவன் சும்மா இருந்தாக்காணும். இந்த உலகம் சமநிலை குலையாமல் நிம்மதியா இருக்கும் என்று உலகை எல்லா உயிர்களுக்குமான ஒன்றாக இனங்காட்டுவது குறிப்பிடத்தக்கதாகும். அது போலவே புலிகள் அமைப்பினரின் இணக்கசபையைக் கட்டுவதற்குத் தனது ஏரியாவில் உள்ள வீடுகளில் சென்று கதைப்பதற்குப் பரணி ஒரு வீட்டுக்குச் சென்ற போது அவர்கள் மாற்று இயக்கத்தைச் சேர்ந்தவர்களாய் இருக்க அவனை வீட்டிற்குள் அழைக்காமல் அவமதிப்பதும் அப்போது வீட்டிற்கு வந்த அந்த வீட்டு பெரிய மனிதர் அவனை வீட்டிற்குள் அழைத்து எந்த இயக்கமெண்டாலும் எங்களுக்காவுந்தானே போராட வெளிக்கிட்டிருக்கிறான்? அவனுக்கும் தாய் தகப்பன் சகோதரமெல்லாம் இருக்கம் அடிபட்டுச் சாகவேணுமெண்டு அவனுக்கென்ன தலையெழுத்தா. நீங்கள் இதிலை இருங்கோ தம்பி எனக் கூறியபடி அவர் கதிரையை இழுத்துப் போடுவதான பதிவு பலவித அர்த்தங்களை வெளிப்படுத்தினாலும் முக்கியமாக இதன் மூலம் தமிழ்நதி அனைத்து இயக்கங்களின் உருவாக்கமும் அடிப்படையில் தமிழ்மக்களின் நலன் சார்ந்ததே என்று இயக்கங்களைச் சமத்துவப்படுத்தும் இடம் கவனத்திற்குரியதாகும்.

மேற்சுட்டிய நிலையில் பல விதமான நுண்ணியப் பிரச்சினைகளை எல்லாம் பிரதானப்படுத்திப் ‘பார்த்தீனியம்’ விவாதப்படுத்துவது நம் சிந்தனைக்குரியது. குறிப்பாக தாம் சொல்லவரும் கருத்தை அவர் வெளிப்படுத்தும் மொழி மிக அருமையான ஒரு மொழி எனில் மிகையல்ல. அது பல நேரங்களில் வாசகனை எளிதில் சென்றடையக் கூடிய மொழியாக, காட்சி மொழியாக வெளிப்படுவதை நாம் காணலாம். நாவலின் வெற்றிக்கு மொழி வெளிப்பாடும் பிரதானமான ஒரு காரணமாகிறது. ஒருமுறை விடுதலைப்புலிகளின் தேடி அழிப்புக்கு அஞ்சிக் காணமற் போயிருந்த கனகராயன் குளத்துப்பொடியன் ஒரு கடையில் சாப்பிட்டுக் கொண்டிருந்தபோது திடீரென நிமிர்ந்து பார்க்க அவன் எதிரில் புலிகள் அமைப்பைச் சேர்ந்த செழியனும் வேந்தனும் அவனை கொன்றுவிடும் நிலையில் அமர்ந்திருந்ததைப் பார்த்து அவனிடம் ஏற்பட்ட உணர்வை, மனநிலையை தமிழ்நதி மொழியாக்கம் செய்திருப்பது நம்மை பிரமிக்க வைக்கிறது.

“பார்த்ததும் திடுமுட்டாக அடிவாங்கினாற் போல அலமலந்து போனான் வேட்டையாடப்படவிருக்கும் விலங்கின் அதிர்வு” *(பார்த்தீனியம், ப - 281)*

“அந்தக் குரலைப் பற்றிப் பிடித்துக்கொண்டு மேலேற முயன்றான்” *(பார்த்தீனியம், ப-284)*,

“திலீபனுடைய சாவு எல்லோருடைய முற்றங்களிலும் விழுந்திருக்கிறது.” *(பார்த்தீனியம், ப - 291)*,

“துண்டு குடுத்திட்டியளாம்... இரவு சாப்பாட்டின் போது ஆதவனின் அக்கா கேட்டார். கையிடுக்கினூடே மணல்சொரியும் வேகத்தில் தன் மீதான மதிப்பு இறங்கி விட்டிருந்ததை அந்தக் குரலில் பரணி உணர்ந்தான்” *(பார்த்தீனியம், ப - 497)*

இப்படியாக ஈழப்போர் சார்ந்த களத்தின் பல்வேறு முதன்மைவாய்ந்த நுண்ணியப் பிரச்சினைகளை நாவலில் எடுத்தாண்டு அதன் ஏற்ற இறக்கங்களை, முரண்களை விவாதித்துச் சமநிலைப்படுத்தும் தமிழ்நதியின் பார்த்தினீயம் அமைதிப்படை விஷயத்தில் மட்டும் மனம்போன போக்கில் கடுமையான விமர்சனங்களை வைத்துச் செல்லும் வெம்மையையும் உணரமுடிகின்றது.

‘அவனுடைய மந்திரத்தை மீறி ஒருபோதும் மழை பெய்ததில்லை’ அ.முத்துலிங்கத்தின் உண்மை கலந்த நாட்குறிப்புகள்

ஒரு புதினப் படைப்பின் சிறப்பு படைப்பாளியைப் பொறுத்தே அமைகின்றது. ஒரு படைப்பினை வாசிப்புக்குட்படுத்தும் போது படைப்பாளியின் படைப்பாக்கத் திறமையை அறிந்து கொள்ளமுடிவதோடு படைப்புக்கும் படைப்பாளிக்குமாக இருக்கும் வலுவான தொடர்பினையும் புரிந்து கொள்ள முடிகிறது. ஒரு படைப்பாளியின் அனுபவங்கள் அவனது புதினப் படைப்புகளில் பிரதிபலிப்பது இயல்பானதுதான் என்றாலும் படைப்பாளியின் அனுபவத்துடனான அவனது உலகக் கண்ணோட்டத்தையும் பொறுத்தே படைப்புச் சிறப்படைகின்றது.

‘உண்மை கலந்த நாட்குறிப்புகள்’ அ.முத்துலிங்கத்தால் சுயகதை சொல்லல் முறையில் எழுதப்பெற்ற புதினமாக அமைகின்றது. இப்புதினத்தை நாற்பத்தியாறு உட்தலைப்புகளைக் கொண்டு புனைந்துள்ளார். ஒவ்வொரு உட்தலைப்பிற்கேற்ப அவரது அனுபவங்கள் புனைவுகளாக்கப்பட்டுப் பேசப்படுகின்றன. எனினும் கருக்கு, சங்கதி, காலச்சுமை உள்ளிட்ட சுயகதை சொல்லுகின்ற புதினங்களோடு ஒப்பிட்டு இதனை வாசிக்கின்றபோது ஒரு தொய்வு ஏற்படுவதையும் உணர முடிகின்றது.

தலித் எழுத்தாளர்களாலே வளர்த்தெடுக்கப்பட்ட சுயகதை சொல்லுகின்ற புதினங்களில் பேசப்படுகின்ற சம்பவங்களுக்கும், பாத்திரங்களுக்கும் இடையில் இருக்கின்ற நெடியத்தொடர்பும், நெகிழ்ச்சித் தன்மையும் உண்மை கலந்த நாட்குறிப்பில் இல்லை என்றே சொல்லலாம். மட்டுமின்றி ‘உண்மை கலந்த நாட்குறிப்புகள்’ உலகெங்கும் விரிந்து கிடக்கின்ற வேறுபட்ட தனித்த அனுபவங்களைக் கொண்டு அமையப் பெற்றுள்ளன.

இவைகூட அதன் போக்கை மாற்றியமைத்திருக்கலாம் என்பதாக எண்ணத் தோன்றுகிறது.

புதினத்தின் கதைக்களங்கள் தாய்மண் சார்ந்தும், உலகம் சார்ந்தும் தாம் சந்தித்த விசித்திரமான பல மனிதர்களையும் நிகழ்வுகளையும் மீள இயலாத நினைவுகளில் இருந்து எடுத்து வைப்பதாக உள்ளன. தான் பிறந்த கிராமத்தில் இருந்து தனது தாய், தந்தை உறவுகளிலிருந்தும் தான் படித்த வகுப்பிலிருந்துமாகத் தொடங்கி, தனது சுயகதையைச் சொல்லும் அவர் இவைகளின் ஊடாகச் சமூகத்தின் செயல்பாட்டை, நம்பிக்கையை, மூடத்தனத்தை, பெண்ணின் மனநிலையை, அதிகாரத்தை, மண்சார்ந்த பால்ய நினைவுகளை, உலகம் சார்ந்த வெவ்வேறு அனுபவங்களை என நிரம்ப விஷயங்களைப் பதிவு செய்திருப்பதும் அதனை கேள்விக்குள்ளாக்குவதும் விவாதிப்பதும் கவனிக்கத் தக்கனவாகும்.

அத்துடன் தான் பேசுகின்றவற்றோடு தொடர்புடையதான புராணக் கூறுகளையும், பழமொழிகளையும், நாட்டுப்புறக் கதைகளையும், அறிவியல் செய்திகளையும் கொண்டு அனுபவங்களைப் பகடி செய்தலும், அனுபவங்களைக் கொண்டு இவைகளைப் பகடிசெய்தலும் இவரது எழுத்தில் உப்புத்துகள்களாய்ப் படிந்து கிடக்கின்றன.

'படிக்காசு' என்னும் தலைப்பின் கீழ் தமிழனின் அடையாளம் சார்ந்த நிகழ்வுகள் பேசப்படுகின்றபோது ஈழத்தில் பொங்கல் பண்டிகையைப் புத்தாண்டாகக் கருதி வாணங்கள் வெடித்தும், கைவியளம் கொடுத்தும் கொண்டாடப்படுவதைச் சுட்டுகின்றார். மாதக்கணக்கில் ஊறவைத்து வலுவூட்டப்பட்ட ஒரு தேங்காயை ஒருவர் நிமிர்த்து வைக்க இன்னொருவர் அவரது கையில் இருக்கின்ற தேங்காயின் கூர்மையான பகுதியால் அடித்து உடைக்கும் போர்த்தேங்காய் அடித்தல் எனும் விளையாட்டும் பொங்கலன்று மக்களால் எங்கும் நிகழ்த்தப்பெறுகின்ற செய்தியும் பதிவு செய்யப்பட்டுள்ளது.

இங்கு குமரிமாவட்ட மக்கள் ஆவணி மாதப்பிறப்பை பெரிய மாதப்பிறப்பு என்னும் பெயரில் கொண்டாடப்படுவதும் அன்று தொழில்களங்களிலும் வீடுகளிலும் முதலாளிமார்களால் கைநீட்டம் வழங்குவதும் நினைவில் கொள்ளத்தக்கதாகும். முதலாளிமார்களிடம் இருந்து தொழிலாளிகள் பணம் பெற்றுக்கொள்ளும் இந்த நிகழ்வினைத் தொழிலாளிகள் அந்த ஆண்டுக்கான வளம் மற்றும் கைராசி தொடர்புடையதாக

நினைத்துக் கொள்வதும் ஒப்பிடத்தக்கது. தொழிலாளிகளுக்கு வழங்கப்படும் இந்தப்பணமானது பெரும்பாலும் அவர்களுடைய ஒரு நாளையக் கூலி அளவிற்கு வழங்கப்படும். மேலும் தமிழகத்தில் வாணங்கள் வெடித்துப் பிரபல்யமாகக் கொண்டாடப்படும் தீபாவளிப் பண்டிகையினை ஈழத்தில் வாணம் வெடித்துக் கொண்டாடப்படுவதில்லை என்ற பதிவும் ஒரே சமூகத்திடையே நிலம் சார்ந்து ஏற்பட்டுள்ள இடைவெளி குறித்துச் சிந்திக்கத் தூண்டுவதாய் உள்ளன.

தமிழர்களின் வாழ்வியல் சார்ந்த பதிவுகளில் பண்டார நாயக்காவால் கொண்டுவரப்பட்ட தனிச்சிங்களச் சட்டமும், அதனைத் தொடர்ந்து சிங்கள இனவெறியர்களால் முடுக்கிவிடப்பட்ட இனக்கலவரத்தில் வீடுகளை இழந்து அகதி முகாம்களில் தஞ்சம்புகுந்த தமிழர்களின் கதையும் முன்வைக்கப் பட்டுள்ளது. மனிதனுக்கு மனிதனே விரோதி என்பதை நினைவுபடுத்தும் அவர் சிங்களவர்களால் தொடர்ந்து தமிழர்கள் தாக்கப்படுவதும், அது தமிழர்களுக்குப் பாதுகாப்பற்ற பிரதேசமாகத் திகழ்வதையும் சுட்டுகின்றார். தமிழ் ஈழத்தின் எல்லை குறித்த கேள்விக்கு ஒரு முறை கிட்டுவால் கூறப்பட்ட பதிலை முன்வைக்கின்ற அவர்,

"இலங்கைத் தீவின் வரைபடத்தையும் சிறிது வண்ணக் கலவையையும் ஒரு தூரிகையையும் கையிலே எடுத்துக் கொள்ளுங்கள். இலங்கையில் எந்தெந்தப் பகுதிகளில் பீரங்கி வெடித்து அழிவுகள் நடக்கின்றனவோ எந்தெந்த இடங்களில் தமிழ்ப்பெண்கள் சிங்கள ராணுவத்தினரின் வன்முறைக்கு ஆளாகி அவலப்பட்டார்களோ அந்தந்த இடங்களை எல்லாம் வரைபடத்தில் வண்ணம் தீட்டுங்கள் முடிவில் வண்ணம் பூசப்பட்ட அந்தப் பகுதிகள் தாம் தமிழ் ஈழம். அதுதான் எங்கள் எல்லைகள்" (உண்மை கலந்த நாட்குறிப்புகள், ப - 18)

என்பதினூடாகத் தமிழர்களும் தமிழ் பிரதேசங்களும் தொடர்ந்து தாக்கப்பட்டு வருவதும் அடையாளப் படுத்தப்படுகின்றது.

மேலும் தமிழ்ப் பெண்களின் மனநிலையினை வெவ்வேறு தளங்களினூடாகப் புலப்படுத்தும் அவர் தனது அம்மாவைப் பற்றிக் குறிப்பிடும்போது தமது வீட்டில் அமைந்திருந்த கிணறு தன் வீட்டிற்குப் பாதியும் பக்கத்து வீட்டிற்குப் பாதியுமாகப் பொது நிலையில் அமைந்திருந்ததைச் சுட்டி இதில் திருப்தியடையாத அம்மா தம் வீட்டிற்கென ஒரு

கிணறு வெட்டச் சொல்வதும் ஒரு காணிக்கு எதற்கு இரண்டு கிணறு என்று அப்பா மறுத்துவிடுவதும் பின்னர் இரண்டு பிள்ளைகளும் பெரிய பிள்ளைகள் ஆனதும் மீண்டும் அம்மா இதனை ஒருமுறை வலியுறுத்துவதும் அப்பா அதே காரணத்தைக் கூறி மீண்டும் மறுத்து விடுவதையும் காணமுடிகின்றது.

தொடர்ந்து அவர்களின் தெருவில் இன்னொரு வீட்டில் கிணறு வெட்டவந்தவர்களை அழைத்து அது தொடர்பாக அம்மா விசாரிப்பதும் அவர்கள் அதற்கு 4000 ரூபாய் ஆகும் எனக்கூற அம்மா சரியென்றும் கூறிவிடுகிறாள். இச்சம்பவம் நடைபெற்ற ஓரிரு வாரத்தில் அம்மா இறந்து போகவே அம்மாவிடம் இருந்த ஒரு பெட்டியைத் திறந்து பார்க்க அதில் அவள் இரண்டாயிரம் ரூபாயை 10 ரூபாய் தாள்களாகச் சேமித்து வைத்திருந்ததும் சாவதற்கு இரண்டு நாள் முன்பு கூட அப்பா பணம் கேட்டபோது அம்மா இல்லையென்று அடித்துச் சொல்லியிருப்பதும் நாம் கவனத்தில் கொள்ளத்தக்கதாகும். இங்கு ஊடாகவே அ. மு அவர்கள் அம்மா தினமும் இரண்டு வேளை குளிப்பது குறித்தும் அதிக நேரம் குளிப்பது பற்றியும் இருவீட்டிற்குப் பொது கிணறு என்பதால் பிற ஆண்கள் இல்லாத நேரத்தில் சென்று குளிப்பது பற்றியும் பதிவு செய்திருப்பதன் மூலம் இங்கு கிணற்றின் தேவையானது அப்பாவுக்குக் காணி சம்பந்தப்பட்டதாக உள்ளது.

அம்மாவிற்கோ குளியல், அவை தொடர்பான ஆசை, சுதந்திரம் தொடர்பானதாகவும் இருப்பதனைப் புரிந்து கொள்ள முடிகின்றது. ஆக இதன்மூலம் ஆண் பெண் குறித்தான இருவேறு மனங்களின் எண்ணத்தையும் அவை குறித்த பார்வையினையும் புரிதலற்றத் தன்மையினையும் ஆசிரியர் புலப்படுத்துகின்றார். மட்டுமின்றித் தமிழ்ப்பெண்கள் ஆபரணங்கள் அணிந்து கொள்வதில் உள்ள ஆர்வத்தையும் அவர்கள் ஆபரணங்கள் இன்றி எந்தவித நிகழ்ச்சிகளுக்கும் செல்ல மறுப்பதுமான நிலையும் அவர்களின் ஆபரணங்கள் பெரும்பாலும் விற்கப்பட்டதாகவோ அல்லது அடகுகடை யிலோ இருக்கும் என்ற பதிவும் அவர்களின் மனநிலையினையும் பொருளாதாரத் தாழ்வு நிலையினையும் முன்னிலைப் படுத்துகின்றது.

மேலும் பெண் குறித்தான இறுக்கமான நிலையினை விவரிக்கும் அவர் என் அம்மா சமையல் வேலை செய்த ஒரு சின்னக் குசினியில் அதற்கு ஜன்னலே இல்லை. குனிந்து போக

வேண்டிய வாசல் சுவரில் மட்டும் சிறிய ஓட்டை ஒன்று. அம்மா அதற்குள்ளால் படலையில் யார் வருகிறார்கள் என்று பார்த்துக்கொள்வார். அது அவளுக்குக் கிடைத்த பெரிய சலுகை. வெளியுலகத்துடனான தொடர்பு அது ஒன்றுதான் என்பதும் சிந்தனைக்குரியதாகும்.

முத்துலிங்கம் பணியில் இருந்து ஓய்வு பெற்ற நாளில் அவரைச்சந்தித்த மனைவி நீங்கள் ஓய்வு பெற்று விட்டீர்கள் சரி எனக்கு எப்போ ஓய்வு என்பதும் பெண்ணின் உழைப்பு சார்ந்த கேள்வியாக அமைகின்றது. மேலும் நாள் முழுக்கத் தம் வீட்டில் தீக்கங்குகள் இருப்பதும் அதனைப் பலரும் பெற்றுச் செல்வதும் இன்றைய தலை முறையினருக்குப் புதியதாகிப் போகின்றது. மட்டுமின்றி மாலை 6 மணிக்கு மேல் யாருக்கும் தீ கொடுப்பதில்லை என்பதும் வாழ்வோடும் சடங்குகளோடும் தொடர்புடைய தீயின் உயரிய தன்மையினையும் மக்களின் நம்பிக்கையினையும் வெளிக்காட்டி நிற்கின்றன.

தாய்மண் சார்ந்த பதிவுகளில் பலவும் நம்மையும் பால்ய நினைவுகளுக்கு அழைத்துச் சென்று மீளமுடியாத நினைவுகளை அசைபோடச் செய்வனவாய் உள்ளன. தாம் பிறந்து வளர்ந்த கிராமத்தைப் பற்றிச் சித்தரிக்கும் அவர் மழைக்குக் கொடும்பாவி கட்டி இழுத்தல், நாய் கடித்தால் உச்சந்தலைம யிரை இழுத்து மந்திரித்தால் சரியாகி விடும் என்ற நம்பிக்கை, எல்லா நோய்க்கும் ஒரே மருந்தை முலைப்பாலில் கரைத்து உண்ணச் செய்யும் வாழ்வியலும் வாத்தியாரிடம் சண்டை என்றால் பள்ளிக்கூடத்தையே கொளுத்திவிடும் அறியாமை யினையும் பதிவு செய்துள்ளார்.

மானாம்பூ திருவிழாவில் ஐயர் வாழை மரத்தை வெட்ட கடையில் ஐந்துசதத்திற்கு விற்கும் வாழைப்பூவிற்காக ஐந்து பேர் வீதியிலே உருண்டு பத்து நிமிடம் சண்டை போடுவதும் ஒத்தக்காளை வண்டியின் அடிப்பகுதியில் அரிக்கன் விளக்கைக் கட்டித் தொங்க விட்டபடி ஒழுங்கை வழியாக வண்டியில் கோயிலுக்குச் சென்று வந்த நினைவுகளும் அக்கால மக்களைச் சூழ்ந்திருந்த மரபார்ந்த வழ்வியல் முறையினைப் பதிவு செய்வதாக உள்ளன.

கதையில் நல்லூர் கோயிலின் சப்பரத்திருவிழாவிற்குக் காளை மாட்டுவண்டியில் சென்றிருந்ததும் அங்கு அன்று குழந்தைகளாய் இருந்த கதைசொல்லி உள்ளிட்ட தம்பி, தங்கைகளுக்குத் தந்தையர் கேட்ட பொருட்களை எல்லாம் வாங்கிக் கொடுத்ததைப் பற்றிக் குறிப்பிடுகின்ற போது,

"அன்று ஐயா மிகவும் சந்தோஷத்தில் இருந்தார். கேட்டது எல்லாம் கிடைத்தது. எங்களுக்குக் கடலை தும்பு மிட்டாய் சூப்புத்தடி என்று வாங்கித்தந்தார்" (உண்மை கலந்த நாட்குறிப்புகள், ப-17)

இங்குக் குழந்தைகள் மகிழ்ச்சியாய் இருப்பதற்குத் தந்தை, தாயும், தந்தை தாய் மகிழ்ச்சியாய் இருப்பதற்குக் குழந்தைகளும் என உறவுகளின் நலன் எவ்வாறு அடிப்படையாய் அமைகின்றன என்பதையும் புலப்படுத்துவதாய் உள்ளன.

'கைக்கு மேல் புள்ளடி' பகுதியானது இலங்கையில் சுமார் 50 ஆண்டுகளுக்கு முன்னர் தேர்தல் எப்படி நடைபெற்றது என்பதை விவரிக்கும் ஒரு கதையாக உள்ளது. கதை சொல்லி அக்கால தேர்தலைத் தமது சின்ன வயது ஆச்சரியங்களில் ஒன்றாகக் குறிப்பிடுவது இன்று தேர்தல் முறைகளில் ஏற்பட்டுள்ள மாற்றங்களை ஒப்பிட்டுப் பார்க்க உதவியாய் உள்ளது.

"என்னுடைய சின்ன வயது ஆச்சரியங்களில் தேர்தலும் ஒன்று. இலங்கை சுதந்திரமடைய இன்னும் நாலு மாதங்கள் இருந்த போது எங்களுக்கு முதல் தேர்தல் வந்தது. அது 1947 ஆம் ஆண்டு. அதற்குப் பிறகும் பல தேர்தல்கள் வந்தன. ஆனால் முதல் தேர்தல் மறக்க முடியாதது. அகில இலங்கை தமிழ் காங்கிரஸ் கட்சி கோப்பாய்த் தொகுதி வேட்பாளராக வன்னியசிங்கத்தை நிறுத்தியது. இன்னும் இரண்டு வருடத்தில் அவர் காங்கிரஸ் கட்சியைவிட்டு வெளியேறி தமிழரசுக் கட்சியுடன் இணைவார். இந்திய வம்சாவளியினருக்குக் குடியுரிமை பறித்ததை எதிர்த்து அப்படிச் செய்வார்." (உண்மை கலந்த நாட்குறிப்புகள், ப50.)

இப்படிச்செய்வார் என்பதோடு திரவியம் மாமி என்ற பாத்திரமும் குறிப்பிடத் தக்கனவாய் பதிவு செய்யப்பட்டுள்ளது. அக்காலத்தில் தேர்தலுக்கு வாக்காளர்களை அழைத்துச் செல்ல வேட்பாளர்கள் சொந்தச் செலவில் கார் ஏற்பாடு செய்து அழைத்துச் சென்ற செய்தியும் ஓரளவு வசதியான பெண்கள் பெரும்பாலும் தங்கள் நகைகளை வறுமை காரணமாக அடமானம் வைத்துவிடுவதும், நகைகள் அணியாமல் பெண்கள் பலரும் வீட்டைவிட்டு வெளியே வரமறுப்பதும் அதற்காக வாக்குச்சாவடிக்கு அழைத்துவரும் பெண்களுக்குப் பக்கத்து வீடுகளில் இருக்கின்ற பெண்களின் நகைகளைத் தேர்தல் பொறுப்பில் இருக்கின்ற நபர்களே வாங்கிக்கொடுத்து

அழைத்துச் செல்வதும் பின்னர் வாங்கி உரிய நபரிடம் திருப்பி வழங்கும் பழக்கத்தைக் கொண்டிருந்ததையும் காண முடிகின்றது.

இவ்வாறு தங்கச் சங்கிலிகளை வாங்கி அணிந்து வாக்களிக்கச் சென்ற திரவியம் மாமி திரும்பிக் காரில் அழைத்துச்செல்ல கூப்பிட்ட போது இழுத்தடித்துக் கொண்டு பஸ்ஸைப்பிடித்து எதிர்த்திசையில் சென்று முதன் முறையாகச் சுன்னர்சம் ஸ்டேசனில் கொழும்புக்கு ரயில் ஏறி தன் மகன் வீட்டிற்குச் சென்ற அவள் தன் கழுத்தில் கிடந்த தங்கச்சங்கிலிகளைக் கழற்றிப் பேரக் குழந்தைகளுக்கு அணிந்து மகிழ்வதும் மகனும் மருமகளும் ஒன்றும் அறியாது திகைத்துப்போய் விடுவதும் இரண்டே நாளில் வீட்டிற்கு வந்த போலீஸ் திரவியம் மாமியை வேனில் ஏற்றி வந்த செய்தியும் அழகியல் தன்மை மிக்கப் பதிவாக அமைகின்றன. மேலும் நில அளவைக்காரன் ஐயா சொன்னது பக்கத்து வீட்டுக் கிணறு போன்ற தலைப்பிட்ட பகுதிகளில் இடம் பெற்றுள்ள செய்திகளும் கதைசொல்லியின் இளமைக்கால வாழ்வைப் பதிவு செய்வதாய் உள்ளன.

‘அக்காவின் சங்கீத சிட்சை’ பகுதியில் தமது அக்கா ஒரு பெண் என்ற நிலையில் சங்கீதம் படிப்பதில் தன் தந்தையும் சமூகமும் எத்தகைய நிலைகளில் எல்லாம் தடையாக விளங்கினார்கள் என்பதைச் சுட்டுகின்றார்.

பாட்டு வாத்தியாரால் யாரோ இவர் யாரோ எனும் பாடலில் பயிற்சி எடுக்க ரோட்டில் போனவன் அது நான் தான் எனச் சொல்லிச் செல்ல ஐயாவால் அந்தப் பாட்டுக்குத் தடை விதிக்கப்பட்டதும். அடுத்துக் ‘காரணம் கேட்டுவாடி - சகியே / காதலன் சிதம்பர நாதன் இன்னும் வராத காரணம் கேட்டுவாடி’ என்னும் பாடலுக்குப் பயிற்சி கொடுக்க ஊரில் ஒரு சிதம்பரநாதன் இருப்பதை அறிந்த ஐயா அந்தப் பாட்டுக்கும் தடைவிதித்தார். இறுதியாகக் ‘கனக சபாபதி தரிசனம் ஒருநாள் / கண்டால் கலிதீரும்’ என்ற பாடலைப் படிக்க அதனை அக்காவே ஒரு நாள் பாடமறுத்து விடுவதையும் பதிவு செய்துள்ள அவர் நான் இதை எழுதுகின்ற இந்தக் காலகட்டத்தில் பாகிஸ்தானில் ஓ பர்வீன் நீ உப்பு மிகுந்தவளாக இருக்கிறாய் என்ற பாடலை இப்ரார் உல்ஹக் என்பவர் பாட அந்தப்பாடல் பலருக்கும் பிடித்துப்போக ஒரு பெண் மட்டும் பாடல் பெண்களை இழிவுபடுத்துவதாகக் கூறிப் பாடலாசிரியர் மீது வழக்கு தொடர்ந்திருந்த செய்தியினைக் குறிப்பிடுகின்றார்.

இதனைப்பற்றி ஒருநாள் தன் அக்காவிடம் விவாதிக்கும் முத்துலிங்கம் இனிப்பு கூடியவள் என்று கூறியிருந்தால் அந்தப்பெண் வழக்கு தொடர்ந்திருக்க மாட்டாளோ என்று கேட்க உப்பு என்பது தான் உண்மை. உண்மை தான் சுடும் என்பதன் மூலம் பெண் குறித்த பெண்ணின் பார்வையை விவரத்தை முன்வைக்கின்றார். ‘உப்பு’ சுவையை அதிகப்படுத்தும் தன்னையே கரைத்துக் கொள்ளும் அளவுக்கதிகமாகப் பயன்படுத்தினாலோ பயன்படுத்த வேண்டிய வேளையில் பயன்படுத்தாமல் இருந்தாலோ அந்தப்பொருளை உபயோகிக்க முடியாத நிலைக்குத் தள்ளப்பட்டுவிடும். சில பொருட்களைக் கெட்டுப்போகாமல் பார்த்துக் கொள்கின்றது. இதில் எதனைப் புரிந்து கொண்டு பெண்ணை உப்பாக அவர் வர்ணித்தாரோ நமக்குத் தெரியவில்லை. ஆக பெண் குறித்தான மிக நுட்பமான பதிவுகளை விமர்சனங்களை முத்துலிங்கம் தமது படைப்பில் வெளிப்படுத்தி உள்ளமையை அறியமுடிகின்றது. இது ஒரு நிலை.

இன்னொரு நிலையில் அவரது கதைக்களங்கள் தமது பயணம் சார்ந்த வெளி உலக அனுபவங்களாக விரிகின்றன. ஆப்ரிக்கப் பஞ்சாயத்து, திருடர்கள், வாயிலோன், மின்சாரத்திருட்டு போன்ற பல தலைப்புகளின் கீழ் தமிழர் வாழ்வியல் முறையில் இருந்து பெரிதும் அந்நியப்பட்ட வாழ்க்கைக் குறித்தான பதிவுகளை நிரம்பவும் முன் வைப்பதாக உள்ளன. இவை நமது வாழ்க்கைமுறைக் குறித்து நமக்கு நாமே மதிப்பிட்டுக் கொள்வதற்கும், உலகியல் குறித்துத் தெரிந்து கொள்வதற்கும் பெரிதும் துணைசெய்கின்றன.

அவற்றில் குதிரைக்குப் பெண்கள் உணவு ஊட்டினால் பெண்கள் விரைவில் கர்ப்பம் தரிப்பாள் என்ற பெஸ்டன் நகர மக்களின் நம்பிக்கையும், கனடாவில் அராபிக் மொழி பேசும் ஒரு முடிதிருத்தும் மனிதனுடனான உரையாடல் மூலமாக நாடு இல்லாத மொழி எத்தனை கோடி மக்கள் பேசினாலும் அது அழிந்துவிடும் என்ற உறுதிப்பாட்டையும் அந்த அராபிக் மொழி பேசும் மனிதன் மூலமாக ஒருவன் தம் மொழி மீது எத்தகைய ஆக்கப்பூர்வமான பற்றினைக் கொண்டிருக்க வேண்டும் என்பதனையும் பதிவு செய்துள்ளார். மேலும் காதலின் வலிமை தொடர்பான பதிவுகளும், ஆசிரியர்கள் குறித்தான விமர்சனங்களும் புதுமையான செய்திகளும் வாழ்க்கை மீதான வேறுபட்ட அணுகுமுறைகளும் சடங்குகளும் நம்பிக்கைகளும் பதிவு செய்யப்பட்டுள்ளன.

ஒரு முறை பணியில் இணைவதற்காக ஆப்ரிக்காவிற்குப் பயணம் மேற்கொண்ட முத்துலிங்கம் சியாரா லியோனில் இறங்கி அதில் இருந்து 40 நிமிடம் பயணத்தில் அட்லாண்டிக் சமுத்திரத்தை அடைந்து அதனை 1 மணி நேரம் மிதவையில் கடந்தால்தான் தலைநகரை அடையலாம் என்ற நிலையில் சுமார் ஐம்பதுக்கு மேற்பட்ட கார்களும், லாரிகளும், பஸ்களும், மக்களுமாகப் பயணம் செய்த மிதவை பற்றிய சித்தரிப்புகள் நமக்குப் புதியவையாகும்.

எனினும் இன்றைய அறிவுலகில் அவை நமக்கு மிகுந்த ஆச்சரியத்தை ஏற்படுத்தி விடுவதில்லை. மாறாக அந்த மிதவையில் பயணித்த ஒருவன் வயதும் நோயும் முதிர்ந்த தனது தாயினை அழைத்து வந்திருந்தான். அவனுடனான உரையாடலில் அறிமுகப்படுத்தப்படும் சூனியக்காரனும் அவனது மருத்துவமும் நமக்கு மிகவும் புதியனவாகவும் ஆச்சரியப்படத் தக்கனவாகவும் விளங்குகின்றன.

'அம்மாவுக்கு உடம்புக்கு என்ன?'

'நான் மலேரியா என்று நினைத்துத்தான் ஃபீவர் பட்டையை அவித்துக் கொடுத்தேன். ஆனால் அது நிற்கவில்லை. இப்பொழுது தலைநகரத்து ஆஸ்பத்திரிக்கு எடுத்துப்போகிறேன். எங்கள் கிராமத்துச் சூனியக்காரன் வெளியூருக்குப் போய் விட்டான். அல்லாவிட்டால் அவனுடைய ஒரு மருந்து குணப்படுத்தியிருக்கும்'

'அவ்வளவு கெட்டிக்காரனா?'

'பின்னர் நூறுமைல் தூரத்தில் இருந்தெல்லாம் ஆட்கள் வந்து அவனை அழைத்துப் போவார்கள். மழையைக் கட்டுவதற்கு அவனை விடத் திறமான ஆள் இந்த நாட்டிலேயே கிடையாது.'

'மழையைக் கட்டுவதா?'

'ஒரு கல்யாண வீடோ கொண்டாட்டமோ விருந்தோ நடை பெறும்போது மழை பெய்யாமல் இருக்க அவனால் மந்திரம் செய்ய முடியும். அவனுடைய மந்திரத்தை மீறி ஒரு போதும் மழை பெய்ததில்லை.'

'அம்மாவின் நோய்க்கு என்ன கொடுப்பான்? இலையா? பட்டையா? வேரா?'

'ஒன்றுமே இல்லை ஒரு கோழி கொண்டு வரச் சொல்லுவான் என்ன மந்திரம் செய்வானோ கோழி முட்டையிடும். அவன் உள்ளங்கையிலேயே முட்டை போடும். அந்த முட்டையைச் சாப்பிட்டால் நோய் பறந்து விடும். அவனுக்கு ஊதியமாக அந்தக்கோழியைக் கொடுத்து விடவேண்டும்.'

மிதவை கிட்டத்தட்ட நடுத்தூரத்தைக் கடந்துவிட்டது. சூரியன் கடலில் இறங்கிக் கொண்டிருந்தபடியால் ஆகாயம் சிவப்பாக மாறியது. (உண்மை கலந்த நாட்குறிப்புகள், ப - 29)

என்பதாகத் தொடர்கின்றது. ஆக வேறுபட்ட வாழ்வியலை சமூக விமர்சனங்களை முன்வைப்பதின் ஊடாக ஒரு முதன்மையான புதினமாக நம்மை இந்நூல் வாசிக்கத் தூண்டுவதாய் அமைவது குறிப்பிடத்தக்கதாகும். நாவலின் பன்முகநிலையைப் பற்றி ஆராயும் இந்நேரத்தில் தமது கட்டுரை ஒன்றில் கதைகளின் தத்துவங்கள் பற்றிப் பேசும் தமிழவனின் கூற்று இங்குக் கருத்தில் கொள்ளவேண்டிய ஒன்றாகின்றது.

"நாம் வேறு, கதையிலான நிலைவேறு என்பதைப் புரிந்து கொண்டால் கதையைக் கேட்கும்போது சொல்லப்பட்ட கதையும், சொல்லப்படாத கதையும் நமக்குத் தெரிந்து விடுகின்றன. ஏனென்றால் வசியப்படுத்தப்பட்ட நிலையில் எப்போதும் சுகமாகக் கதை கேட்பவனை வைத்திருப்பது தான் முக்கியமாகிறது. அதற்காகக் கதை கேட்பவனின் பகுத்தறியும் நிலை இரண்டாம் பட்சமாகிறது. கதை தொடர்கையில் கதை தன் வடிவத்தூய்மைக்கு வேண்டியும் வேறு காரணங்களுக்காகவும் சிலவற்றை விட்டுவிடுகிறது. சிலவற்றைச் சேர்த்துக்கொள்கிறது. ஆக ஒரு கதை சொல்லப்படும்போதே இன்னொரு கதை சொல்லப்படாமல் போகிறது" (தமிழவன் கட்டுரைகள், பக் - 194, 195)

என்னும் கருத்து கதை, கதையாளன், வாசகனின் மனம், திறனாய்வாளனின் பார்வை குறித்தும் தெளிவுபடுத்துவதாக உள்ளன.

'அவித்த இறைச்சி போலக் கிடந்தாள்'
தமிழ்க்கவியின் - ஊழிக்காலம்

ஈழத்தமிழ் மக்களின் போர்க்கால வலியினை ஈழத்தின் தற்கால இலக்கியங்கள் பலவும் வெவ்வேறு கோணத்தில் பேசியிருப்பினும் அவைகளிலிருந்து முற்றிலும் வித்தியாசமானதாகவும் கூர்மையானதாகவும் ஊழிக்காலம் பேசப்பட்டிருப்பதைப் பார்க்கமுடிகிறது. இப்புதினம் குறித்துத் தனது முன்னுரையில் குறிப்பிடும் தமிழ்க்கவி,

"இந்நாவல் நான் நடந்த பாதையில் கண்டவை. இன்னொருவர் நடந்த தடம் வேறாயிருக்கலாம். ஆனால் சம்பவங்களும் அவலங்களும் ஒன்றுதான்.

சங்குல யுத்தமாக ஆரம்பித்த மகாபாரதயுத்தம் பதின்மூன்றாம் நாள் அபிமன்யுவை அழிக்கத் துவந்த யுத்தமாக மாறியது. கீதையை உபதேசித்த கண்ணபிரான் அருகிலிருக்கும் போதே அது நடந்தது. கடவுளாகக் கருதும் கண்ணனே பல தில்லு முல்லுகளைச் செய்தே பாண்டவர்களை வெற்றியடைய வைக்க முடிந்தது. சாதாரண மனிதர்கள் என்ன செய்வர்.

அதிகாரம் இக்கட்டான சூழலில் தனித்தனியாக ஒவ்வொரு பொறுப்பிலும் இருந்தவர் கைகளுக்கு மாறிற்று. காலத்தாலும் மன்னிக்க முடியாத பெருந்தவறு நடந்தேறியது. அதன் விளைவைத் தனித்தும் ஒருமித்தும் அனைவரும் ஏற்க வேண்டிய நிர்பந்தமாயிற்று.

அந்தகாரமான ஒரு அதிகாலைப்பொழுதிலே வட்டுவாகல் நீர்த்தொடுகையருகே கடல்போலத் திரண்டிருந்த மக்களிடையே யாரும் யாருடனும் பேசாமல் நின்ற மக்களிடையே மற்றவர்களை நிமிர்ந்து பார்க்கத் திராணியற்று நின்றேன். அப்போது அதே மக்களிடையே பார்வதியம்மாளைச் சக்கர நாற்காலியில் வைத்துத் தள்ளியபடி ஒரு போராளிவர பின்னே மடித்துக்கட்டிய ஊதாநிறச்சாரமும் வெள்ளைச் சேட்டுமாகத்

தளர்ந்த நடையில் வந்த வேலுப்பிள்ளை ஐயா என் கண்களை விட்டு இன்னும் அகலாது நிற்கின்றார்" (ஊழிக்காலம், ப - 10)

போராட்ட முயற்சியில் பல சறுக்கல்களும் வெற்றியும் நிகழ்ந்திருப்பினும் போராட்டக்களத்தில் தம்மை வழிநடத்திய தலைவனும் ஒரு கட்டத்தில் தம் தாயினைச் சக்கர நாற்காலியில் சுமந்தபடி மக்களோடு மக்களாக வந்து நிற்பதைப் பதிவு செய்திருப்பதும் வரலாற்றில் முக்கியத்துவம் பெறுகிறது. குறிப்பாக விடுதலைப்புலி இயக்கத்தின்மீது பலரும் முன்வைக்கின்ற விமர்சனங்களைத் தாண்டி நாம் அந்த இயக்கத்தை, தலைமையை ஏற்கவும் அணுகவும் வேண்டி யிருப்பதையும் உணர்த்துகிறது.

புலம்பெயர் இலக்கியப் பதிவுகளில் அந்நிய நாட்டு உவமைகள் இடம்பெறுவதை நாம் பார்ப்பது எளிது. ஆனால் ஒரு போரிலக்கியத்தில் போரின் வாசனை அனைத்தையும் ஒருங்கிணைக்கின்ற ஒன்றாகத் தமிழ்க்கவி ஒரு உவமையினைப் பயன்படுத்தியிருப்பதை பார்க்க முடிகிறது.

"உடலின் அந்தரங்கப் பகுதிகள்" மட்டுமே மறைக்கப்பட்ட நிலையில் அவித்த இறைச்சி போலக்கிடந்தாள் ஒரு பெண். தலைமயிர் எரிந்திருந்தது. முகம் கூட கருத்திருந்தது. கண்களை மூடிப் படுத்திருந்தாள்" (ஊழிக்காலம், ப - 69)

இந்த ஓர் உவமையே தமிழ் மக்களின் வாழ்வினையும் வலியினையும் நமக்கு உணர்த்திவிடும் எனில் மிகையல்ல. தமிழிலக்கியத்தில் கலிங்கத்துப்பரணி போர்க்களக்காட்சியைக் காட்டியதை நாம் பார்த்திருப்போம். அதன் பிறகு அதனை ஒரு புதினத்தில் இவ்வளவு நுட்பமாகப் பதிவுசெய்ய முடியுமெனில் அது தமிழ்க்கவியால் மட்டுமே முடிந்திருக்கும். போர் சார் வாழ்வை விவரிக்கும் அவர்,

"ராணி அந்தப் பெண்ணைப் பார்க்க ஓடினாள். இன்னும் மயக்கம் தெளியாமல் கிடந்த பெண் இனியாதான். அப்ப மாறன் எங்க? அவர் ஆம்பிளை வார்ட்டுக்க. என்றபடி வந்தவள் இனியாவின் பாட்டி.

இதற்குள், தான் பார்க்க வந்தவளைப் பார்வதி கண்டு பிடித்தாள். ஒரு கட்டிலில் இருவர். கீழே காலடியில் இருவர். நடைபாதையிலும் பலர் கிடந்தனர். அவர்களைக் கடந்துதான் நடந்து செல்ல வேண்டியிருந்தது. எதிரே கட்டிலில் கிடந்த ஒரு பெண் பார்வதியிடம் எங்க அன்ரி இருக்கிறியள்? என்று கேட்டாள்.

விசுவமடுவில...

விசுவமடு மாணிக்கப் பிள்ளையார் கோயிலடியில எங்கட வீட்டுக்காரர் இருக்கினம். நான் இஞ்ச காயப்பட்டிருக்கிறன் எண்டு சொல்லி விடுறியளா ?" (ஊழிக்காலம், ப 70)

எனக்கேட்கிறார். காயங்களோடு அனாதைகளாக மருத்துவ மனையில் இவர்கள் கிடப்பதை அறிகிறபோது வேதனை உடல் முழுவதும் விஷமாகப் பரவுகிறது. இந்த விவரணைகள் நம்மை போரைப் பற்றி விளங்கிக்கொள்ளச் செய்வதோடு பெரும் பதற்றத்துக்கும் உள்ளாக்குகிறது. இந்தக் கொடுமையின் ஊடாய் மேலும் இது தொடர்பாகப் பேசுகிறபோது பார்வதியைக் கூப்பிடும் மருத்துவர் ஒருவர் உடனடியாக இங்கிருந்து மாறுங்கள் இங்கு யாரும் நிற்க வேண்டாம் என்பதாக நீளும் உரையாடலில் ஆஸ்பத்திரியே இடம் மாறப்போகுது என்பதான செய்தி இன்னும் வலியை ஏற்படுத்துகிறது.

இக்காலப் பகுதியில் கிளிநொச்சி ஆஸ்பத்திரி தருமபுரத் திலிருந்து விசுவமடுவுக்கும், முல்லைத்தீவு ஆஸ்பத்திரி வள்ளிபுனத்துக்கும் மாற்றப்பட்டு, போரின் தீவிரத்தால் பாதிப்புக்குள்ளாகியிருந்த மக்களுக்கு அரசாங்கமே பாதுகாப்பு வலயமாகச் சில பகுதிகளை அறிவித்தது. அங்கு அவர்களைக் குடியேறச் செய்கிறது. இதனால் பிள்ளைகளின் பள்ளிக்கூடங்கள் செயலிழந்தன. ஊர், உறவு, சிதைந்து போனது. மேலும் குடியேற்றப் பகுதியில் வாரம் ஒரு தடவை அதிகாரிகள் மீளாய்வு என்ற நிலையில் பல இன்னல்களைக் கொடுத்து வந்ததையும் அறிய முடிகிறது. இவை ஒரு விதமான துயரமெனில், போரின் இறுதிக்கட்டத்தில் பாதுகாப்பு வலயமாக அறிவிக்கப்பட்ட பல பகுதிகளிலேயும் குறிப்பாகப் பள்ளிக்கூடங்கள், தேவாலயங்கள், கோயில்கள், மருத்துவமனைகள் எனப் பல இடங்களில் சிங்கள இராணுவம் குண்டுவீசி சேதப்படுத்திய கொடிய வரலாற்றையும் முள்ளிவாய்க்கால் போரில் பார்க்கவும் கேட்கவும் முடிகிறது. 'மரணங்கள் மலியத் தொடங்கிய விசுவமடு' எனும் தலைப்பிலான கட்டுரையில் தீபச்செல்வன் இதனை,

"அவலக் குரல்கள் அந்த வீதியில் இன்னும் கேட்டுக் கொண்டிருக்கின்றன. யுத்தம் பின்னால் துரத்திக் கொண்டிருக்க இந்த வீதியில் மக்கள் எப்படி அந்தரித்து ஓடியிருப்பார்கள்? பரந்தன்முல்லை வீதி என்கிற அந்தத் தெருவே கனவுக்காய்

அந்தரித்து ஓடிய சனங்களின் கால் தடங்கள் நிறைந்திருப்பதைப் போல இருக்கிறது. குண்டும் குழிகளுமாக இருக்கிற இந்தத் தெருவைப் பார்க்கிற பொழுது அந்த மாபெரும் சனங்கள் இந்த வீதியால் எப்படிச் சென்றிருப்பார்கள் என்ற கேள்வி எழுகிறது. தெருவின் கரைகளில் பக்கங்களில் உள்ள காணிகளில் எல்லாம் கைவிடப்பட்ட நிலையில் பொருட்கள் சிதறிக் கிடக்கின்றன. வாகனங்கள், சக்கரங்கள் கழற்றப்பட்ட வாகனங்கள், வெறும் சக்கரங்கள், பலகைப்பட்டிகள், கூரைத்தகரங்கள் என்று கைவிடப்பட்ட பொருட்கள் அழிந்த நிலையில் இருக்கின்றன" (தமிழர் பூமி - 80) என்பதாகப் பதிவு செய்கிறார்.

ஊழிக்காலத்தில் விடுதலை இயக்கங்கள் குறித்தும் நிரம்ப பேசப்படுகின்றது. அப்படிப் பேசுகின்ற போது தமிழீழ விடுதலைப்புலி அமைப்பினரைப் பற்றி மட்டுமே ஆதரித்தும் விமர்சித்தும் பேசியுள்ளாரே தவிர பிற இயக்கங்கள் குறித்தோ, இயக்க முரண்கள் குறித்தோ அவர் பேசியதாகத் தெரியவில்லை. போராட்ட வாழ்வியல் குறித்த பேச்சின் ஊடே இயக்கம் குறித்த கருத்தினைப் பதிவு செய்யும் தமிழ்க்கவி ஓரிடத்தில் இப்படியாகச் சொல்லுகிறார்.

"படை பலத்தை அதிகரிக்க இயக்கத்தில் பல நடவடிக்கைகள் எடுக்கப்பட்டு வந்தன. அதில் முக்கியமான ஒன்று வீட்டுக்கொருவர் நாட்டைக் காக்க வாரீர் என்றது. அப்போது பெற்றோர் மனமுவந்து பிள்ளைகளை அளித்ததும், பிள்ளைகள் தாமாகவே முன்வந்ததும், பயிற்சி முடித்த பிள்ளைகளைப் பெற்றோர்கள் சந்தித்து உரையாடி மகிழ்ந்ததையும் அறியமுடிகிறது. இக்கருத்து மக்களுக்கும் போராட்ட அமைப்புக்குமாக இருந்த ஜனநாயக ரீதியிலான ஆழந்த நெருக்கத்தைப் புலப்படுத்துகிறது. இன்னும் பல நிகழ்வுகளை இயக்க உறவு சார்ந்து நம்மால் பார்க்க முடிகிறது. ஆனால் ஒரு கட்டத்தில் விடுதலை அமைப்புகள், மக்கள் மீது ஜனநாயக விரோதப்போக்கைக் கடைபிடிக்கத் துவங்கியுள்ளனர். மக்களைக் கண்டிக்கவும், அதிகாரம் செலுத்தவும் துவங்கினர். இவை பின்நாளில் மக்களால் ஏற்றுக்கொள்ளமுடியாத கடுமையான விமர்சனத்துக்கு உரியதாய் அமைகின்றன."

போர் வாழ்வில் இடம்பெயர் வாழ்வும் பதுங்குக்குழி வாழ்வும் முக்கியமான ஒன்றாகின்றது. போகுமிடமெல்லாம் பதுங்குக்குழி வெட்டுவதிலேயே அவர்கள் வாழ்வைக் கழிக்க வேண்டியதாயிற்று அன்றாடம் அவர்களுக்கு உணவும் உடையும் தேவைப்படுவது போலவே பதுங்குக்குழியின்

தேவையும் தவிர்க்க முடியாத ஒன்றாக வாழ்வோடு இரண்டற கலந்து விடுகிறதைப் புதினம் பதிவு செய்கிறது.

"ஒரு தகரத் துண்டை ஆயிரம் ரூபா கொடுத்து வாங்கிக் குழியின் கூரையில் போட்டு நாற்புறமும் மண்மூடை வைத்து நடுவே மண்ணைக் கொட்டி மூடினார்கள். சிறு பதுங்குக்குழி இரு பிள்ளைகளையும் உறங்கவைத்து ராணியும் ஒருக்களித்துப் படுக்க, கலா முன்னே முடங்கப் போதுமாயிருந்தது. தினேஸ் வெளியே வெட்டையிலேயே படுத்தான். பார்வதி அந்தப் பதுங்குக்குழியின் வாசலில் விடிய விடியக் குந்தியிருந்தாள். சாமத்தில் எறிகணை வீச்சின் போது தினேசும் அவளுடன் நெருங்கி உட்கார்ந்தான். எறிகணைகள் ஓய மறுபடி அவள் கூடாரத்துக்குள் போய் உறங்கினான்" (ஊழிக்காலம் ப 101)

இப்படியாகப் பதுங்குக்குழி வாழ்வின் அவலம் குறித்தே ஏராளமாக இந்தப் புதினத்தில் பேசப்பட்டுள்ளது. அவை ஒவ்வொன்றும் ஈழத்துப்போர் வாழ்வின் அவலத்தை காட்சிப் படுத்துவதாகவே உள்ளது.

உலகில் பேரிடர்கள் அல்லது பேரழிவு ஏற்படுகின்ற போது மக்களிடையே நிகழ்கின்ற குடிப்பெயர்வு அல்லது இடப்பெயர்வில் முக்கியமானது உள்நாட்டு இடப்பெயர்வாகும். போரின் போது தாக்குதல் நிகழும் இடத்தில் இருந்து தாக்குதலுக்கு உட்படாத இடத்தை நோக்கிய உள்நாட்டு இடப்பெயர்வு என்பது பெருவாரியாக நிகழ்வதுண்டு. அத்தகைய ஒரு மிகப்பெரிய அல்லது ஈழத்தில் முள்ளிவாய்க்கால் இறுதிக்கட்ட போரின் போது நிகழ்ந்த ஒட்டுமொத்த தமிழர்களின் உள்நாட்டு இடப்பெயர்வினைத் தமிழ்க்கவி இப்புதினத்தில் தனது போர்க்கால அனுபவங்களோடு அருமையாகச் சித்திரப்படுத்திக் காட்டுகிறார். அதற்கும் ஒரு வாழ்க்கை முறை தேவைப்படுகிறது அல்லது அந்தந்தச் சூழலுக்கு ஏற்ப அவை மாறிக் கொண்டே இருக்கின்ற ஒரு வாழ்வியலாக அமைகின்றது. இது மற்ற மக்களுக்குப் புதியது அவர்கள் கனவிலும் கூட நினைத்துப்பார்க்க முடியாத ஒன்றாகும். இதனைப் பற்றித் தமிழ்க்கவி குறிப்பிடுகையில்,

"வட்டக்கண்டல் தொடங்கி விட்டுவாகல் வரையிலான பயணமிது. போராட்டக் காலத்தினூடே, களத்தினூடே நிகழ்ந்தது. வாழ்க்கை அனுபவங்களைப் படம் போட்டு அதன் சாரத்தை உணர வைத்த பயணம். இந்தப் பயணமும் அதன் பின்னரான நடவடிக்கைகளும் எனக்கு ஞானத்தைத் தந்தன என்றால் அது மிகையில்லை. சாவு ஒவ்வொரு தடவையும்

கடந்து போனது. வாழ்க்கையின் அழகு, சொத்து, சுகம், நான், நீ, என்னுடையது, உன்னுடையது என்பதெல்லாம் இறுதியில் பொய்யாகிப் போயின" என அவர் குறிப்பிடும் உரை மிகவும் முக்கியத்துவம் பெறுகின்றது.

மேலும் ஊழிக்காலத்தில் தமிழ்க்கவியே கதையைச் சொல்லுகின்றார். கதையின் மையப்பாத்திரமான பார்வதி ஈழத்து விடுதலைப் போரில் விடுதலைப் புலிகள் இயக்கம் சார்பாகப் பெண்களுக்கான அபிவிருத்தி வகுப்புகள் நடத்துதல், தமிழர் பண்பாடு, பழக்கவழக்கங்கள் தொடர்பான உரைகள், நாடகங்கள், வானொலி மற்றும் தொலைக்காட்சிகளில் நடித்தும் பேசியும் ஒளி மற்றும் ஒலிபரப்புகளைச் செய்து வந்தார். இந்த வகையில் மக்களோடு மிகவும் நெருக்கமாக இருந்தவர். இயக்கம் அல்லது போராளிகளின் நடவடிக்கைகள், செயல்கள் குறித்தும், மக்கள் குறித்தும், மக்கள் வசிக்கும் இடங்கள் குறித்துமான அதிகமான அறிதல் உள்ளவர். அவரின் மூலமாக இந்தப் புதினம் அல்லது இந்தப் புதினத்தின் நிகழ்வுகள், இடப்பெயர்வுகள், விவாதங்கள் நிகழ்த்தப்படுவது என்பது புதினத்தின் இலக்கை மிகவும் நுட்பமாக மக்களைச் சென்றடையச் செய்கின்றது.

போர் வாழ்வின் இன்னொருமுகம் வீட்டிலிருந்து வெளியில் சென்றவர்கள் வராது போவதும், கைகள்ஒடிந்து வருவதும், மருத்துவமனைகளில் காணக்கிடைப்பதும், அகதி முகாம்களில் காண நேரிடுவதும் வெளியில் சென்றவர்கள் வீட்டிற்கு வருகின்ற போது வீட்டிலுள்ளவர்கள் கை ஒடிந்து, கால் ஒடிந்து கிடப்பதும், மருத்துவமனையில் இருப்பதும், இறந்து கிடப்பதும், காணாமற் போயிருப்பதும் அகதி முகாம்களில் இராணுவம், போராளி முகாம்களில் காண நேரிடுவதும் இயல்பாகக் காணமுடிகிறது.

இவ்வாறாக ஈழத்துப் போரின் இறுதிக்கட்டமானது தமிழ் மக்களை எவ்வளவு அலைக்கழித்துள்ளது. அவர்களின் ஒவ்வொரு பொழுதுமே எப்படித் தனது சொத்துக்கள், வீடுகள், பெரிய, சிறிய பொருட்களின் இழப்புகள், பணமிழப்புகள், உயிர், உறவுகளின் இழப்புகளில் கழிந்துள்ளது என்பது நம்மை வியப்பில் ஆழ்த்துகிறது. நாம் கனவிலும் நினைத்துப் பார்க்க முடியாத ஒரு வாழ்வை ஈழத்தமிழ் மக்கள் வாழ்ந்துள்ளார்கள், வாழ்ந்து மடிந்துள்ளார்கள் என்பதைத் தமிழ்க்கவி ஒரு போரிலக்கியமாக ஒரு பெரும் வரலாறாக நம் முன் நிலை நிறுத்தியிருக்கிறார்.

‘சமாதானப் பாலங்கள்’
ஈழவாணியின் கொச்சிக்கட நாவலின் –அரசியல்

ஈழத்தமிழ் நாவல்களில் ஈழவாணியின் “கொச்சிக்கடை VS கும்மிடிப் பூண்டி” பலராலும் பேசப்படாத பல புதிய விசயங்களை இணைத்துக் கொள்வதில் முதன்மை வகிக்கின்ற ஒரு நாவலாகத் திகழ்கின்றது. ஈஸ்டர் ஞாயிறு, மாண்டோர், கொச்சியாகே கட, அகதிகளாய், மீளுமிசை, சமாதானப் பாலங்கள், சிங்கராஜ வனம், உருக்கொண்டிருந்த முள்ளி வாய்க்கால், தொப்புள் கொடிகள், கனவாய்ப் பெயர்தல், காடும் காடு சார்ந்தவையும் என்பதான பல உட்தலைப்பின் கீழாக நாவலை ஆசிரியர் ஈழவாணி கட்டி எழுப்பியுள்ளார். நெடிய வரலாற்றைக் கொண்ட ஈழத்தமிழர் பிரச்சினை பலராலும் பல்வேறு நிலைகளில் படைப்புகள் வழியாகவும், ஆய்வு, வரலாறு உள்ளிட்ட களங்களின் மூலமாகவும் வேறுபட்ட கருத்தியல் நிலைகளில் முன்மொழியப்பட்டு வந்துள்ளன. இதன் தொடர்ச்சிகளில் ஒன்றாய் வெளிவந்துள்ளதே ஈழவாணியின் கொச்சிக்கடை நாவல். இலங்கையில் 2019 ஏப்ரல் 21 அன்று ஈஸ்டர் தினத்தில் இஸ்லாமியப் பயங்கரவாதிகளால் தேவாலயங்களில் அரங்கேற்றப்பட்ட குண்டு வெடிப்பு நிகழ்வினை மையப்படுத்தி அதன்வழி இஸ்லாமியப் பயங்கரவாதம், இஸ்லாமியப் பெண்களின் ஆடை விவகாரம் குறித்த கேள்விகளோடு நாவல் விரிகின்றது.

நாவலில் குண்டுவெடிப்புக்கு உள்ளாக்கப்பட்ட கொச்சிக்கடை அந்தோணியார் கோயில், கதிர்காமம் முருகன்கோயில், தம்புள்ளை உள்ளிட்ட இடங்களின் வரலாற்றுக் குறிப்புகள், இலங்கை அரசால் இளைஞர்கள் மற்றும் மாணவர்களை முன்னிலைப்படுத்தி நடத்தப்படும் சமாதானபாலம் நிகழ்வு, அதில் சிங்களவர்கள், தமிழர்கள், முஸ்லீம்கள் எனப் பலரும் கலந்து கொள்ளுதல். ஈழத்தமிழ் அகதிகளுக்குத் தொப்புள்கொடி

உறவான தமிழகத்தில் வழங்கப்படும் முக்கியத்துவம் அல்லது அவலம், போர் வாழ்வில் சிதைபட்டுப் போகும் பெண்கள் வாழ்வு, அகதி முகாம்களில் சீரழிந்து போகும் தமிழ் இளையர்களின் வாழ்வு எனப் பல விஷயங்கள் இதுவரையில் பெரிதும் பேசப்படாத விஷயமாகவே ஈழவாணியால் முன்னெடுத்துப் பேசப்பட்டுள்ளது.

கதையின் மையப்பாத்திரமான பூமணி ஆச்சியின் மகள் லட்சுமி, இளம்வயதிலேயே அகதிமுகாமில் இருந்த ஒரு இளைஞனோடு பழக்கம் ஏற்பட்டுக் கற்பமாகிப் போகின்றாள். லட்சுமியை ஒரு கிறித்தவ கன்னியாஸ்திரி மடத்தில் ஒழுங்குசெய்து விட்டுவிடும் பூமணி ஆச்சி, லட்சுமியின் குழந்தையை எடுத்துக்கொண்டு வெளியேறுகிறாள். இந்த நிலையில் பூமணியால் வளர்க்கப்பட்டு வந்த லட்சுமியின் மகளும் ஈழத்தில் தொடர்ந்து நடைபெற்று வந்த போர்ச்சூழலிலும், அகதி வாழ்விலுமாய் நிலை குலைந்துபோய் பெயின்ட் வேலை செய்யும் ஓர் இளைஞனோடு தொடர்பு ஏற்பட்டு யாழினி என்ற ஒரு குழந்தையைப் பெற்றுவிட்டு இறந்து விடுவதாய் நாவல் பதிவு செய்கின்றது.

ஒரு கட்டத்தில் வயதான பூமணி ஆச்சியும் யாழினியுமாய்த் தமிழகத்தில் உள்ள கும்மிடிப்பூண்டி அகதி முகாமில் தங்கி யிருக்கின்றனர். அங்குப் போரின் கொடிய தாக்கத்தால் தமக்கு வாய்க்கப்பெற்ற உறவுகள், காதல், குழந்தை யாவையும் தொலைத்துவிட்டு நிர்கதியாய் வசித்த கானவி என்ற இளம்பெண்ணை முகாமில் வசிக்கும் புனிதா பூமணியின் உறவுக்காரராக அறிமுகப்படுத்தி இணைத்து விடுகின்றார். இங்குக் கானவியானவள் குழந்தை யாழினி மீது கொள்ளும் அபாரமான பாசம் மானுட அன்பின் விழுமியங்களை உணர்த்துவதாய் உள்ளது.

மேற்சுட்டிய நிலையில் ஈஸ்டர் தினத்தன்று பூமணி ஆச்சி யாழினியோடு கொச்சிக்கடை அந்தோணியார் கோயிலுக்குப் பயணிக்கும் கானவியின் வாழ்வில் அன்று தேவாலயத்தில் நிகழ்த்தப்பட்ட குண்டு வெடிப்பும், அதில் பூமணி ஆச்சி இறந்து போவதும், யாழினியின் கையில் ஏற்படும் காயமுமாகப் பேரதிர்வை ஏற்படுத்தி விடுகின்றது.

கதையின் இன்னொரு முகமாகப் போரின் நெருக்குதலில் எல்லோரையும் இழந்துபோகும் கானவியின் வாழ்வில் ஒரு கட்டத்தில் அவள் எதிர்கொள்ளும் தன் மாமி மகன்

கண்ணன் புலிகள் செய்தித் தொடர்பினில் பங்கெடுத்துப் பணிசெய்வதும், சமதானப்பால நிகழ்வில் சந்திக்கும் சிங்கள இளைஞன் நுவனொடு ஏற்படும் காதல் ஊடாட்டங்களும் முதன்மை பெறுகின்றது. இறுதியாகக் கண்ணனிடமிருந்து வயிற்றில் குழந்தையை வாங்கிக் கொள்ளும் கானவி போரின் நெருக்கடியில் எந்தவிதத்திலும் அவனைச் சந்திக்க முடியாது போகிறாள். மனரீதியில் பெரும் தத்தளிப்புக்குள்ளாகிப் போகும் கானவியின் குழந்தையை வயிற்றிலே அழித்துவிட சீலக்கா பாத்திரம் உதவுவதுமாய்க் கதை நகர்கின்றது. புனைவின் இறுதியாகக் கானவி யாழினியை லட்சுமியிடம் காட்டிவிட்டு ஒரு வாடகைக்கார் அமர்த்திக்கொண்டு கிளம்ப, அந்தக் காரின் ஓட்டுனர் நுவனாக இருப்பதும், அவன் இவள் குறித்த தெளிவான புரிதலற்று இருப்பதும், நுவனால் தனக்கு ஏதேனும் தொந்தரவு வந்து விடுமோ எனக் கானவி பதற்றப்படுவதுமான ஒரு சூழலில் நுவன் காரில்...

“சுகந்த தியா மாலங்க
ஓல அரண் யண்ண மல்
நத நிலுபுல் வத் ரத்து புல்
ஓப அரண் யண்ண மல்” (கொச்சிக்கட, ப - 221)

எனும் பாடலை ஒலிக்க விடுவதுமாகப் புனைவை ஒரு முடிவுக்குக் கொண்டு விடுகிறார். இது அவர்கள் காதல் காலத்தில் அவளுக்காகவே நுவன் அடிக்கடி பாடிய ஒரு பாடல் என்பது குறிப்பிடத்தக்கது. இதற்குஞ். தமிழில் “உன்னுடைய நினைவுகள் என்னுள்ளே எடுத்துக் கொண்டிருக்கிறேன். உன் நீலக்கண்களும் சிவந்த முகமும் என்னுள்ளே இருந்து என்னை வதைக்கின்றன” என்பதாகப் பொருள் கொள்ளலாம்.

லட்சுமியின் குழந்தையின் குழந்தையான யாழினியைப் பூமணியோடு இணைத்து பாரத்துக்கொள்ளும் கானவி, யாழினி மீது கொண்ட அதீத அன்பால் அவளை விட்டுப் பிரிய இயலாது மனதிற்குள்ளாகவே பூமணியிடமிருந்து குழந்தையோடு தப்பித்து விடவேண்டும் என்ற எண்ணம் உருவானதைப் பூமணி இறந்தபோது ஈழவாணி வெளிக்கொணர்வது ஒரு படைப்பாளிக்குள் இருக்கின்ற உளவியல்சார் அறிவையும், மானுடத்தின் மன எண்ணங்களையும் உணர்த்துகின்றது. அது போலவே இறந்துகிடந்த பூமணியைக் காட்டிப் போலீசார் உறவினரை விசாரித்தபோது உறவினைச் சொல்வதன் மூலம் ஏற்படும் சிக்கல்களை நினைவுபடுத்தி அதனை மறுதலித்து

விடுவதும் போர் எப்படி எல்லாம் மனித மனங்களை, வாழ்வைக் கலைத்துப்போட்டுள்ளது என்பதையும் நாவல் உணர்த்த முனைகிறது.

நாவலில் மதம் சார் வரலாற்றைப் பேசுகின்றபோது ஒல்லாந்த கிழக்கிந்தியக் கம்பெனிகள் போர்த்துக்கேயரைத் தோற்கடித்துப் போர்த்துக்கேயரின் பிடியிலிருந்த இலங்கையைக் கைப்பற்றிய பின்னர் கத்தோலிக்க மக்களின் இறை விசுவாசத்தை இல்லாதொழிப்பதற்காகச் சட்டங்களை இயற்றிக் குருக்கள்மார்களை நாடு கடத்தியதும், ஒல்லாந்த சீர்திருத்தச்சபை ஒன்றை நிறுவியதான செய்திகளும் மதங்களின் அரசியலைப் பிரகடனப்படுத்தும் விதமாக உள்ளது. தொடர்ந்து கொச்சிக்கட அந்தோணியார் ஆலயம் பற்றிய பதிவுகள் ரோமன் கத்தோலிக்க சமயத்தின், இறை மற்றும் சமூகப்பணி உள்ளிட்ட பல விஷயங்களை முதன்மைப்படுத்தி விவரிக்கின்றது.

மேலும், "ஈழத்தில் ஒடியற் கூழ் மிகப்பிரபலம். அதுவும் மச்ச ஒடியற் கூழ் என்றால் இன்னும் விசேசம். கூழ் காய்ச்சுவது என்றாலே அது ஒரு நாள் கொண்டாட்டம் போலத்தான். நண்டு, இறால், பெரிய துண்டு மீன். கணவாய் என்று கடல் உணவுகள் சேர்ப்பார்கள். பிலாக்கொட்டை, பயித்தங்காய், முருக்கம் இலை, மொச்சக்கொட்டை, தேங்காய்ச் சொட்டு என்பனவற்றோடு பிரதானமாக ஒடியல் மாவிலேயே இதைத் தயாரிப்பார்கள்.

ஒடியல்மா பனங்கிழங்கைக் காயவைத்து அதை மாவாக அரைத்துப் பக்கட்டுகளில் அடைத்து வைத்திருப்பார்கள். தேவைப்படும் போது பாவித்துக் கொள்ளலாம்.

இந்த ஒடியல் மச்சக்கூழைக் காய்ச்சிப் பத்துப் பதினைந்து பேராகக் கூடியிருந்து, பிலா இலையில் அல்லது பூவரசம் இலையில் கோலி ஊதி ஊதிக் குடிப்பார்கள்.

ஆகா... அதின் சுவையே தனிதான்." (கொச்சிக்கட, ப 38)

எனும் இலங்கை மக்களின் ஒடியற்கூழ் பற்றிய பதிவும் அவர்களின் உணவுப்பண்பாடு சார்ந்து கவனத்தில் கொள்ள வேண்டிய ஒன்றாகிறது.

தமிழகத்தில் ஈழத்தமிழர்கள் தங்கவைக்கப்பட்டிருக்கின்ற அகதி முகாம்களின் அவலநிலையானது அவர்கள் அயலக

நாடுகளில் கண்காணிக்கப்படுவதைவிட கேவலமாகக் கண்காணிக்கப்படுவதும் தொப்புள்கொடி என்ற உறவுக்கு அர்த்தமில்லாத ஒன்றாகவும் விமர்சனத்துக்கு உள்ளாக்கப் பட்டுள்ளது. இதில் தமிழக, இந்திய அரசியல்வாதிகள், அதிகாரிகள் என யாருக்கும் சளைத்தவர்களாக இருக்கவில்லை என்பதையும் நாவல் அடையாளப்படுத்துகின்றது. நாவலில் மேலும் கதிர்காமம் முருகன் கோயிலைப் பற்றிப் பேசுகின்ற போது இத்தலத்தினை வழிபட்ட அருணகிரிநாதர் 25 க்கும் மேற்பட்ட திருப்புகழ் மாலைகளைப் பாடியிருப்பதும், இக்கோயில் சுமார் 2500 ஆண்டுகள் பழமை வாய்ந்தது என மகாவம்சம் குறிப்பிட்டிருப்பதையும் பதிவு செய்கிறது. மட்டுமில்லாது இலங்கையில் கதிர்காமத்துக்கு வருகைதரும் யாத்திரிகர்களே அதிகம் என்பதும் அக்கோயிலின் சிறப்பை எடுத்துரைப்பதாக உள்ளது. கூடவே,

"முன்னர் கதிர்காமத்துக் கந்தனாக மட்டுமே இருந்தார். இங்குப்பூசைபண்ணுபவர்கள் கப்புறன் எனப்பட்டனர். இவர்கள் வாயைத் துணியினால் கட்டிக் கொண்டு பூசை செய்வார்கள். காலப்போக்கில் கதிர்காமத்துக் கந்தன் சிறுபான்மை யாக்கப்பட்டு, புத்தர் சிலைகள் பெரும்பான்மையாக்கப்பட்டன. இப்போது எங்கெங்கு காணிலும், புத்தங் சரணம் கச்சாமி... தான்.." (கொச்சிக்கட, ப - 120)

என்பதன் மூலம் சிங்களவர்களின் ஆதிக்கம் மேலேறி இருப்பதையும் நாவல் உணர்த்துவதாக உள்ளது.

'இரண்டாமவரே முதன்மை பெறுவர்' கௌரி அனந்தனின்— பெயரிலி

ஒரு கலைப்படைப்பு உருவாவதற்கான காரணங்களாக வாசிப்பின் புறத்தே நாம் பல காரணங்களைச் சொல்லமுடியும். ஆனால் குறிப்பிட்ட படைப்பைப் படைத்த படைப்பாளியின் மனதில் அப்படைப்பை உருவாக்கம் செய்தமைக்கு நாம் எண்ணுகின்ற பல காரணங்கள் இருக்க முடியுமா என்பது கேள்வியே. படைப்பாளியை அதிரவைத்த ஒரு நிகழ்வோ, மனிதச்செயல்பாடோ அல்லது அவரின் கனவோ, கற்பனையோ, ஆசையோ ஏதோ ஒரு காரணம் குறிப்பிட்ட அந்தப் படைப்பை படைக்கத் தூண்டியிருக்கலாம். லக்கான் போன்ற அறிஞர்கள், படைப்பு, படைப்பாளி பற்றிக் கூறுகின்றபோது "தொலைத்துவிட்ட ஒன்றை மீட்டுருவாக்கம் செய்யும் முயற்சியாகக் குறிப்பிடுவர்" இத்தகையதான நிலையில் உருவாக்கப்படும் கவிதை, புனைகதை போன்ற படைப்பானது சிலருக்கு மொழி வளமைமிக்க கலையாகவும், சிலருக்குப் பயிற்சித் தளமாகவும் அமைந்துவிடுகிறது. ஒரு படைப்பாளி படைப்பை யாருக்காக எழுதுகிறார்? எந்தத் தளத்திலிருந்து எழுதுகிறார்? எதை எழுதுகிறார்? என்பதான எல்லாவற்றையும் படைப்பாளியும் வாசகனும் விமர்சகனும் கவனத்தில் கொள்ள வேண்டியதாகிறது. அப்போதே நல்ல படைப்பும், விமர்சனச் சூழலும் உருவாக முடியும்.

இலக்கியப் படைப்பாக்கங்களை விமர்சகர்கள் இன்று வெகுஜனப் படைப்பு என்றும் தீவிர இலக்கிய வகை (தரம்மிகு) படைப்பு என்றும் வேறுபடுத்திப் பார்ப்பதைப் பார்க்க முடிகின்றது. கலைத்துவம், கருத்தியல் அடிப்படையில் தீவிர இலக்கியங்களை இனங்கண்டாலும், அதேநேரம் வெகுஜன படைப்புகளையும், படைப்பாக்க முயற்சிகளில் ஈடுபட்டுக் கொண்டிருப்பவர்களின் தொடக்கநிலைப் படைப்புகளையும்

நாம் நிராகரித்துவிட முடியாது. பெரும் மக்கள்திரளின் வாசிப்புக்காக எழுதப்பட்ட ஓர் இலக்கியத்தைக் கலைத்துவம் அல்லது ஏதேனும் ஒரு காரணத்தைக் காட்டி அதை இலக்கியமே இல்லை என மறுத்துரைப்பதும் ஏற்றுக்கொள்ள முடியாதது. ஆக இந்த வேறுபாடுகளைச் சமத்துவப்படுத்தியே ஒரு படைப்பிலக்கியத்தை வாசிக்கவும் புரிந்துகொள்ளவும் வேண்டியுள்ளது. நான் ஏன் இதைப் பதிவுசெய்கிறேன் என்றால் முக்கிய ஆளுமைகளின் அல்லது தீவிர இலக்கியப் படைப்பாகக் கருதப்படக்கூடிய படைப்புகளைத் தொடர்ந்து வாசித்துக் கொண்டிருக்கும் ஒருவருக்குச் சில நேரங்களில் வெகுஜன நோக்கிலான இலக்கியங்களுக்குள் நுழைவதற்கு அதன் மொழி, தடையை ஏற்படுத்துவதாய் அமையும். வெகுஜன இலக்கிய வாசகனுக்கு எப்படி ஒரு தீவிர அல்லது கோட்பாட்டுத்தளம் சார்ந்த இலக்கியங்கள் தடையை ஏற்படுத்துமோ அத்தகையதான ஒரு தடையையே அது ஏற்படுத்துகின்றது. ஒரு நிலையில் இது வாசகனின் பிரச்சினையும்கூட. இதனைப் படைப்பின் பிரச்சினையாகக் கருதமுடியாது. படைப்பைத் தம் பக்கம் திருப்பாமல் அதன் போக்கிலே சென்று வாசிக்கிறபோதே ஒரு படைப்பின் வாசனையை முழுமையாக நுகரமுடிகிறது.

கௌரி அனந்தனின் “பெயரிலி” புதினம் இத்தகையதான சில முரண்களுக்கு இடையிலிருந்தே கிளைத்தெழுகிறது. வாழ்வு பணங்களால், பொருட்களால் மட்டும் இட்டு நிரப்பக் கூடிய ஒன்றல்ல. அது உணர்வுகளால் உறவுகளால் அன்பின் திளைப்பினால் உயர எழுவது. அன்பினால் ஒருவரை ஒருவர் ஆரத்தழுவிக் கொள்வதிலும், புரிந்துகொண்டு செயல்படுவதிலும் எத்தகைய சிறப்பு இருக்கின்றன என்பதனையும், அது தடைபட்டு இடைவெளி உருவாகிறபோது வாழ்வானது எப்படி மீட்டப்படாத நிலையிலேயே கைதவறி உடைந்து போகிற இசைக்கருவியாய் சிதைந்து பயனற்றதாய்ப் போய்விடுகின்றது என்பதையும் வித்தியாம்மா, ஐயா, ஜானு, வருண், ஜானுவின் அப்பா உள்ளிட்ட பாத்திரங்களின் மூலம் கௌரி புதினத்தில் பதிவுசெய்ய விளைகின்றார்.

புதினத்திற்குப் “பெயரிலி” எனும் பெயர் வழங்கப்பட்டிருப்பது வாழ்வில் தங்கள் பெயரினை எந்த நிலையிலும் முன்மொழியாது பிறருக்காகவே வாழ்ந்து மடிந்து போகின்ற ஒரு பாத்திரமான ஐயா, போன்ற மனிதர்களை மையப்படுத்துகின்றது. இங்கு ஐயாவிற்கான சிறப்புகள் பல நிலைகளிலிருந்தாலும், அவரின்

வாழ்வில் பெண் துணைமைக் குறித்துப் பார்க்கிறபோது அவை தமிழ்ப் பண்பாட்டுக்கும், சமூக அமைப்புக்கும் மாறாக ஒரு மாற்றுக் கலாச்சாரத்தைப் பறைசாற்றுவதாகவே இருக்கின்றது. இந்நிலையில் ஐயாவை மையப்படுத்துவதாகத் தலைப்பினை இடம்பெறச் செய்திருப்பது புதின ஆசிரியர் கௌரியின் முற்போக்கு அல்லது ஈழத்து எழுத்தாளர் எஸ்.பொ அவர்கள் சொல்வது போல நற்போக்குத்தனத்தைக் காட்டுவதாக உள்ளது.

ஆஸ்திரேலியா, இலங்கை, எனும் இருவேறு தளங்களை மையமிட்டுப் புதினம் நகர்கின்றது. சிங்கப்பூர் குறித்த பதிவு புதினத்தில் இடம்பெற்றிருந்தாலும் அதற்கான தளச் செயல்பாடுகள் எதுவுமே நிகழவில்லை என்றே சொல்ல வேண்டும். கதைமாந்தர்களும் அனைவரும் இலங்கையைச் சேர்ந்தவர்களாக உள்ளனர். பெரியய்யாவின் இறப்பும் அவர்களின் காணி இராணுவத்தினரால் கைப்பற்றப் பட்டமையும் போரின் வெளிப்பாடாகப் பார்க்கமுடிகிறது. மாறாக இதனை ஒரு போர் சார்ந்த இலக்கியமாகவோ, புலம்பெயர் இலக்கியமாகவோ கௌரி படைக்கவில்லை என்றே கருதுகின்றேன். ஆஸ்திரேலியா இவர்களின் பிழைப்புக்கான ஓர் இடமாகவே காட்டப்படுவதாயினும் காலச்சூழலில் அவர்கள் எல்லோருமே இலங்கையை வந்தடைவதும் இலங்கையில் இயற்கை விவசாயத்தை வளர்த்தெடுத்தல், ஐ.டி பார்க்கை உருவாக்குதல் உள்ளிட்ட பலவற்றையும் தொடங்கி இலங்கையை வளமைப்படுத்துவதனையும் காணமுடிகிறது. மட்டுமல்லாது பெரியய்யாவின் மனைவி வள்ளியம்மை போருக்குப் பின்பாக ஊரில் வந்து பல்வேறு துயரங்களுக்கு இடையிலும் அவருடைய இடத்தைக் கைப்பற்றிக் காணி யினைத் திருத்தி அதில் குடில் அமைத்துக்கொண்டு வாழ முற்படும் நிகழ்வும் தமிழ் மக்கள் விரைவாகப் போரை மறந்து தம் தாய் மண்ணில் வந்து வாழ முற்படுதல் வேண்டும் என்பதன் ஆசையாக அடையாளமாகவும் பார்க்கமுடிகின்றது. மேலும் புதினத்தில் பல இடங்களில் இலங்கையைப் பற்றியதான பதிவில் முன்பு இல்லாத கட்டிட அமைப்பும், வளமும், சாலை மேம்பாடும் இருப்பது போன்றதான விவரணைகளும், போர் சார்ந்த கருகல் வாடைக்கு மாறாக வரும் நாட்கள் சார்ந்து நம்பிக்கையை ஏற்படுத்துபவையாக உள்ளன.

'பெயரிலி' வெகுஜன இலக்கியத்திற்கான தன்மையினையும், பல்வேறு புதிய உத்திமுறை மற்றும் முற்போக்கான கருத்தியலைக்

கொண்ட தீவிர இலக்கிய வகைமை எனும் இருவேறுத் தன்மையினையும் உள்ளடக்கியதாக அமையப் பெற்றுள்ளது. வாழ்வியல் குறித்த மதிப்பீடுகளும் நிகழ்வுகளும், பாத்திரச் செயல்பாடுகளும் அடுத்து இன்னவாக இருக்கும் என்று வாசகனால் தீர்மானிக்க முடியாதபடியான புதிர்த்தன்மையைக் கொண்டிருப்பதும் புனைவாக்கத்தின் வெற்றியாகப் பார்க்க முடிகிறது. மட்டுமல்லாது வாழ்வில் நடப்பவற்றை ஏற்கனவே நடந்தவை அல்லது ஏற்கனவே எழுதப்பட்ட கவிதைகள், பேசப்பட்ட வார்த்தைகள் மூலமாக நிதர்சனப்படுத்த முயல்வதும், அவைகளைத் தீர்க்கதரிசனங்களாக முன்வைப்பதும் கவனத்தில் கொள்ளத்தக்கதாகிறது.

இவற்றை இன்னும் விளங்கப்படுத்துவதாக இருந்தால் இலங்கையிலிருந்து ஆஸ்திரேலியாவிற்கு வந்தடைந்த ஒரு பார்சலில் இருந்த சில விபரங்களை (Documents) வைத்து அலுவலகத்திற்குச் சென்றிருந்த வருணிடம் மனைவி ஜானு என்ன காரணம் என்று சொல்லாமலேயே தொலைபேசியில் அழைத்து உடனடியாக இலங்கைக்கு விமானத்தில் செல்ல டிக்கட் புக் பண்ணச் சொல்கிறாள். அதனை அவன் செய்வதோடு மட்டுமல்லாது காரணங்களை அறியாதே வருண் அவளை உடனடியாக இலங்கைக்கும் அழைத்துச் செல்கிறான். தனது திருமணத்திற்குக்கூட அழைக்கப்படாத தாய் வித்தியம்மாவையும், தன் தாய் திருமணம் செய்து கொள்ளாத ஆனால் ஒரு கணவனைப் போலச் சேர்ந்து வாழ்கின்ற ஐயாவையும் ஜானுவும் வருணும் சந்திக்கிறார்கள். உறவின் நெருக்கத்திற்கு இடையில் ஒரு கட்டத்தில் ஐயா குறித்த ஒரு விமர்சனத்தை ஜானு முன்வைக்கிறாள். தாங்கிக் கொள்ள இயலாத வித்தியம்மா ஜானுவை அடித்துவிடுகிறார். இதில் எட்டுமாதமே நிரம்பாத கர்ப்பிணியாக இருந்த ஜானு மருத்துவமனையில் குறைமாதத்தில் ஒரு பெண் குழந்தையைப் பெற்றெடுக்கிறாள். வருணின் தாய், தந்தை மற்றும் ஜானுவின் தந்தைக்குச் செய்தி சொல்லப்பட்டு அவர்களும் அவசரமாக ஆஸ்திரேலியாவிலிருந்து புறப்பட்டு இலங்கைக்கு வந்தடைகின்றனர்.

ஒரு சூழலில் வித்தியம்மாவும், ஐயாவும் ஒரு விபத்தில் இறந்து போக அவர்களுக்கு வருண் கொள்ளிவைப்பதுமான பல நிகழ்வுகள் புதினத்தில் விளங்கிக்கொள்ள முடியாத ஒரு மாயாஜால மாந்திரீகத் தன்மையோடு ஒரு சங்கிலித் தொடராக வந்து போவதைப் பார்க்கலாம். இத்தகைய சிக்கலான

அல்லது முரண்களைக் கொண்டு உருவாக்கப்பட்டிருக்கும் கதைப்பின்னலானது கௌரியின் படைப்பாக்க வெற்றியாகப் பார்க்கப்பட வேண்டியது. எனினும் அடுக்கடுக்காகத் திரையிட்டு மறைக்கப்பட்டிருக்கின்ற திரைகளை விலக்கி வாசகன் ஒருவன் புதினத்தை விளங்கிக்கொள்ள வேண்டி யிருப்பது படைப்பில் நெகிழ்ச்சி குறைவினை ஏற்படுத்துவதையும் உணரமுடிகின்றது. அதுபோலவே சரளமாக அடிக்கடி குறுக்கிடும் ஆங்கில உரையாடல்களும் ஒரு சாதாரண தமிழ் வாசகனைக் கதையோடு ஒத்துப்போக முடியாதபடி தடை ஏற்படுத்துவதாகவே உள்ளது.

மேற்சுட்டிய நிலையில் புதிர்களும் முரண்களும் அதிகமாகவே புனைவில் இடம்பெற்றிருந்தாலும் அவைகளை வெவ்வேறு நிலைகளில் உடனுக்குடன் சமப்படுத்திக் கதை யினை நகர்வுக்குக் கொண்டுவருவதும் கவனத்திற்குரியதாகும். முதன்மைப் பாத்திரங்களான வருண், ஜானுவை முரண்பட்ட குடும்பச்சூழலில் இருந்து தேர்வு செய்திருக்கும் புதின ஆசிரியர் கௌரி, தன் பெற்றோரையே தனது ரோல்மாடலாக எடுத்துக் கொள்ளக்கூடிய அம்மா, அப்பாவின் பிள்ளையாக வருணையும், மாறாக எதிர்கொள்ள முடியாத சிக்கல்கள் மிகுந்த பெற்றோர்களின் பிள்ளையாக ஜானுவையும் நம்மிடையே நிறுத்துகின்றார். புதினத்தின் இறுதிப் பகுதியில் வருணையும் ஓர் ஆதரவற்ற குழந்தையாக இருந்து எடுத்து வளர்க்கப்பட்டதற்கான சூழலையும் புலப்படுத்துவது முக்கியமானது. எனினும் நெருக்கடியான நிலைகளில் அவர்களுக்குள் ஒருவரை ஒருவர் புரிந்துகொண்டு அன்பு காட்டுவதும், விட்டுக் கொடுப்பதும், உரையாடல்கள் மூலம் சரிப்படுத்திக் கொள்வதும் நவீன அல்லது கல்வி கற்ற நகரிய வாழ்வு சார்ந்த மனிதர்களின் செயல்பாடாகக் காணமுடிகிறது. இன்னும் பல நிகழ்வுகளும் புதினம் மத்தியதர அல்லது அதற்கும் மேல்நிலையில் வாழ்கின்ற மக்களை மனதில் கொண்டே படைக்கப்பட்டுள்ளதை உணர்த்தி நிற்கின்றது.

புதினத்தில் ஜானுவின் தந்தை வித்தியம்மா பற்றிக் குறிப்பிடுகின்ற போது கல்யாணம்ங்கிறது பெண்களை அடிமைப்படுத்த ஆண்களால் பயன்படுத்தப்படும் ஒரு ஆயுதம் என்று வித்தியம்மா நம்புவதாகத் தந்தை பெரியாரின் கருத்தை ஆசிரியர் கௌரி முன்வைப்பதைப் பார்க்க முடிகிறது. அதுபோலவே இன்னொரு இடத்தில் தன் கணவனை விட்டு வெளியேறி வந்து ஐயாவுடன் நெருக்கமான ஓர்

உறவு கொண்டு வாழும் நிலையில் வித்தியாம்மா தன் மன உணர்வினை எழுதி வைத்திருப்பதும், அதனை வித்தியம்மாவின் இறப்புக்குப் பின்னாக வருணின் வாசிப்பின் மூலம் வெளிப்படுத்துகின்றபோது ஓர் ஆணின் எத்தகைய அன்புக்குரியவளாக ஒரு பெண் இருப்பினும் அவளது ஆசைகள், எண்ணங்கள் நிறைவேற்றப்படுவதிலிருக்கின்ற இடைவெளி புலப்படுத்தப்படுகின்றது. மட்டுமல்லாமல் அவளின் உழைப்பிற்கான விலை ஆணாதிக்க சமூகத்தில் மறுக்கப்படுவதும் அடையாளப்படுத்தப்படுகின்றது.

"பெப்ரவரி 29 என்னைத் திருமணம் செய்து கொள்வாயா என்று தனக்குப் பிடித்த ஆணிடம் கேட்கும் நாளாம். இன்று அவனிடம் எதையும் கேட்கத் தோன்றவில்லை. அவன் தன்னையே தந்துவிட்ட பிறகு எங்காவது கூட்டிச் செல்லலாம் தான். இருந்தும் அவனது மார்பில் உறங்கிவிடும் சுகத்தைவிட அதிக சந்தோசத்தையா தந்துவிட முடியும். ஏதாவது வாங்கித்தரலாம் என்றாலும் எவனோ ஒருவனின் பணத்தில் எனக்கு முந்தாணை விரிக்காதே என்பான். இதைவிட மோசமாக ஒரு பெண்ணை எவரும் திட்டியிருக்க முடியாது. அதுவும் அவளாய் இருந்தும் அவள் அதனையெல்லாம் பொருட்படுத்தியதில்லை. அவள் மனதில் இப்போது இருக்கும் ஒரே கேள்வி என் பணத்துக்கு நான் எங்கே போவது? திறமைகளை வளர்த்துக்கொள்ளத் தெரிந்த அவளால் அதனை விலைபேசத் தெரியவில்லை.

நீ உண்ணும் ஒவ்வொரு அரிசியிலும் உனது பெயர் பொறிக்கப்பட்டிருக்கிறது என்கிறார்களே? எனது பெயர் பொறிக்கப்பட்ட அரிசி எங்கே என்று கொஞ்சம் எனக்குக் காட்டுங்கள்" (பெயரிலி, ப - 79)

புதினத்தில் முதன்மைக் கதாபாத்திரங்களை மறைத்து நிற்கும் புதிர்களை அவிழ்க்க முயலும் போது அவர்களுக்கு அதனால் பின்விளைவு வராதவாறு துணைமைப் பாத்திரங்களின் மூலமாக நிகழ்த்தப்படுகின்ற உரையாடல் அல்லது எழுத்துக்களின் மூலமாகச் சூழல் அறிந்து அவிழ்ப்பதும், சில நிகழ்வுகளை அல்லது தகவல்களைப் பாத்திரங்களின் மறைவிற்குப் பின்பாக வெளிக்கொணர்வதும் சமூக உளவியல் நோக்கில் குறிப்பிடத்தக்கனவாகும்.

புதினத்தில் முன்வைக்கப்படுகின்ற கவிதை வரிகள் வாழ்வியலைப் புரிந்துகொண்ட தத்துவார்த்த வரிகளாக

அமைத்திருப்பது ஆசிரியர் கௌரியின் வாழ்வியல் குறித்த நுண்பார்வையாகவும் புரிந்துகொள்ள முடிகின்றது.

"ஈருயிர் பறித்தே
ஓருயிர் ஜனிக்கும்
உயிர் தந்தவர்களின்
வாரிசாய் அது வளரும்" (பெயரிலி, ப-41)

"நீ உயிர் கொடுத்ததா
உனக்கு உயிர் கொடுத்ததா
என்று வருகையில்
இரண்டாமவரே முதன்மை பெறுவர்" (பெயரிலி, ப-45)

அது போலவே ஜானுவும் வருணும் ஒரு சூழலில் வாழ்வில் எது பிழை? எது சரியென்று அறியமுடியாமல் பெருத்த குழப்பத்திலிருப்பதான பதிவும் எல்லோருடைய வாழ்விலும் எல்லா நேரங்களிலும் வாழ்வு ஒரு குழப்பமுடையதாகவும் ஒரு புதிராகவும் விளங்குவதையே கௌரி இங்குக் கவனப்படுத்த முயற்சிக்கிறார் எனலாம். மட்டுமின்றி விதி, ஜாதகத்தின் மீது நம்பிக்கையினை ஏற்படுத்துவதும், முனி குறித்த பதிவும், இறைக்காட்சி, இறைச்செயல் குறித்த பதிவுகளும் பல கேள்விகளை எழுப்புவதாகவே உள்ளன.

மேலும் வருணை கேமரா - டெலஸ்கோப்பி லென்ஸ், ஐ பேட், லேப்டாப் உள்ளிட்ட நவீன கருவிகளின் தொடர் இயக்கமாகப் பார்க்கமுடிகிறது. அத்துடன் ஐயா, வித்தியாம்மாவின் இழப்பினைத் தாங்கிக்கொள்ள முடியாத ஒருவராக வருணை காட்டிக் கொள்ளினும் அவர்கள் இறந்து எட்டு நாளைக்குள்ளாகவே தனது சுயவேலையில் கவனமாக இருந்து ஒரு புராஜக்ட் முடித்தல் உள்ளிட்ட வருணின் பல நிகழ்வுகள் ஒரு நவீன மனிதச் செயல்பாடாகப் பார்க்க முடிகின்றது. அதேவேளை பல இடங்களில் அவனது கருணை சார்ந்த மன உணர்வினையும் பார்க்க முடிகின்றது. குறிப்பாக ஐயாவின் இறப்புக்குப் பின்னராகத் திரை மறைவில் சொத்து தொடர்பாக நடந்த பல நிகழ்வுகளில் வித்தியம்மாவால் நடத்தப்பெற்ற அனாதை குழந்தைகள் உள்ளிட்ட பல குழந்தைகள் கல்வி கற்ற அந்தப் பள்ளி எல்லாம் மூடிவிடுவதற்கான சாத்தியங்கள் நிரம்ப உருவாகிறபோது வருண் தனது பெற்றோருடன் நிகழ்த்தும் உரையாடல் குறிப்பிடத்தக்கது.

வருண் அவங்க எல்லோரோட வாழ்க்கையையும் என் கண் முன்னால் அழிந்துபோக விடமாட்டேன் என்று

உறுதி பூணுவதைக் காணமுடிகின்றது. வருணின் பேச்சில் செயல்பாட்டில் பிறக்கின்ற நவீன வாழ்வியல் கூறுகளின் தொடர் ஓட்டத்தையும் அதே வேளை அவர் சிறுபிள்ளையில் ஓர் ஆதரவற்றவராக வாழ்ந்திருந்ததின் அடையாளங்களையும் ஒருங்கே கண்டடைய முடிகிறது. இவை ஒரு மனிதனின் எண்ணங்களில் செயல்பாட்டில் அவன் வாழ்ந்த வாழ்வு எப்படி பிரதிபலிக்கிறது என்பதை வருணிடம் நாம் இனங்காணமுடிகிறது.

புதினத்தின் முற்பகுதியில் ஐயாவை வருண் சந்திக்கும் பொழுதினில் அவரை வருண் எப்படி அழைக்க வேண்டும் என்று உரையாடுகிற போது "ஐயா" எனக் குறிப்பிடுவதை முதலாளித்துவத்தின் எச்சமாக அடையாளப்படுத்துவதைக் காணலாம். ஐயா எனும் சொல் தமிழ்ச் சூழலில் மரியாதைக்குரிய சொல்லாகப் பார்க்கப்படும் அதேவேளை அதன் பின் ஒழிந்திருக்கும் அதிகாரத்தைக் கௌரி அடையாளப்படுத்தும் இடம் முக்கியமானது. ஆகப் புதினம் பலரின் தனித்த எண்ணங்களாகவும் ஏக்கங்களாகவும் கருத்துருவாகவும் திகழ்வதோடு சமூக, அரசியல் விமர்சனங்களையும் கொண்டிருந்தாலும் யதார்த்த வாழ்வில் பெயரிலிகளின் ஊடாய் இரண்டாமவரே முதன்மைபெறுவர் என்பதை உறுதிப்படுத்தும் வாழ்வியல் சிந்தாந்தத்தின் வெளிப்பாடாய்க் கௌரியின் பெயரிலியைப் பார்க்கமுடிகிறது.

'ஈழத்தில் போரும், புலப்பெயர்வும் ஏற்படுத்திய சிதைவுகள்' ஜீவகுமாரனின் - குதிரை வாகனம்

தமிழ் புனைவிலக்கிய உருவாக்க வரலாற்றில் புதின எழுத்துக்கள் இன்று புதிய பாய்ச்சலை நிகழ்த்திக் கொண்டிருக்கின்றன. கதை சொல்வதும் கதை கேட்பதும் மானுட வரலாற்றில் முக்கிய ஒரு நிகழ்வு என்பதன் தொடர்ச்சியாக இதனைப் பார்க்கமுடிகிறது. எனவேதான் வாழ்வின் அனுபவங்களாகவும், புனைவுகளாகவும் வெவ்வேறு தளங்களின் வற்றாத ஜீவநதிகளாகப் புதின இலக்கியத்தின் வருகை தொடர்ச்சியாக நிகழ்ந்து கொண்டே இருக்கின்றது. தமிழ்ச்சூழலில் ஜெயமோகன், எஸ். ராமகிருஷ்ணன், தமிழவன் எனப் பலரும் புனைவெழுத்தில் தீவிரமாகப் பங்காற்றி வருவது குறிப்பிடத்தக்கதாகும்

படைப்புகள் குறித்துப் பேசுகின்ற போது எட்ஹர் ஆலன்போ உள்ளிட்ட பல இலக்கிய அறிஞர்கள் படைப்பின் செறிவுக்கு முக்கியத்துவம் தந்து பேசுகின்றனர். ஆனால் தமிழிலோ ஆயிரத்துக்கும் மேற்பட்ட பக்கங்களோடு வெளிவந்துள்ள தமிழ் புதினங்களோ ஏராளம். அவை காவல்கோட்டம், மறுபக்கம், ஆழிசூழ் உலகு என்று சொல்லிக் கொண்டே போகலாம். ஒரு பெருங்கதையை அல்லது புனைவை மிகக் குறுகியதாகவும் செறிவுடையதாகவும் சொல்லிவிட முடியும். அதன் மூலம் அடர்த்தியான ஒரு படைப்பினைச் சமூகத்திற்குத் தர இயலும். ஆனால் படைப்பாளிகளில் பலர் வரலாற்றியல், சமூகவியல் சார்ந்த படைப்புகளுக்கு முக்கியத்துவம் கொடுப்பதன் மூலம் அடுக்காகப் புதினங்களை உருவாக்கிவிடுகின்றனர். ஆனால் பாஸ்ட்புட் உணவினை உட்கொள்ளும் இக்காலத்திலும் தமிழ் வாசகர்கள் இத்தகைய புதினங்களை இன்றளவிலும் வாசித்து உட்கிரகித்துக் கொள்வதோடு அதனை விமர்சிக்கவும்

தவறவில்லை என்பதும் இலக்கியப் பயணத்தில் நம்மைச் சிந்திக்கத் தூண்டுகின்ற ஒரு செயலாக அமைகின்றது.

சமகாலத் தமிழ்ப் புதினங்கள் கோட்பாடு சார்ந்தவையாகவும் மற்றும் ஈழம், புகலிடம் என வேறுபட்ட தளம் சார்ந்தும் மானுட வாழ்வை அழகியல் நேர்த்தியோடு பேசுகின்றன. புதினங்களை நாம் வாசிக்கின்றபோது அவை நமக்குள் ஏற்படுத்துகின்ற சலனங்கள் அசாத்தியமானவை. வாழ்வு குறித்து வெவ்வேறுபட்ட புரிதல்களை நமக்குத் தருவதோடு நம் வாழ்வை ஆழப்படுத்தவும் அகலப்படுத்தவும் செய்கின்றன. மனித மனங்களைப் பண்படுத்துவதும், சமூகக்கரிசனத்தை ஏற்படுத்துவதும் அழகியல், கலை நோக்கினை மிளிரச் செய்வதுமான வேலைகளையும் இவை செய்கின்றன என்றால் மிகையல்ல.

ஈழத்திலிருந்து வெளிவருகின்ற புதினங்கள் ஈழத்துப் போர்வாசனையோடு, புகலிட வாசனைகளையும் விரவியதாய் இலங்கைத் தமிழ் மக்களின் விளிம்புநிலை வாழ்வைப் பேசுகின்றன. ஜீவகுமாரனின் குதிரைவாகனமும் இதற்கு விதி விலக்கல்ல. கூடவே சாதியம், பின்காலனியம், இனவரைவியல் சார்ந்த எழுத்தாகவும் தம்மை வெளிப்படுத்திக் கொள்கின்றன. ஈழம் தொடங்கி உலகெங்கும் தம் கதாபாத்திரங்களைக் குதிரை வாகனத்தில் ஜீவகுமாரன் உலவவிட்டிருந்தாலும் புதின உருவாக்கத்தின் செய்நேர்த்தி புதினத்தைச் செறிவுடையதாக உருவாக்கியிருக்கின்றது.

‘குதிரைவாகனம்’ போருக்கு முந்தைய இலங்கையில் சாதிய மேலாண்மை ஆதிக்கத்தால் ஒரு பகுதியின் முடிசூடா மன்னராகத் திகழ்ந்த பண்டாரவிளை சண்முகத்தாரின் குடும்ப வரலாறாக மிளிர்கிறது. அந்தக் குடும்பத்தில் போருக்கு முன், பின் என ஏற்படுகின்ற வளர்ச்சிகளும், சிதைவுகளும், மாற்றங்களுமே இந்தப் புதினம். போர் சண்முகத்தாரின் குடும்பத்தில் குடும்பம், சாதி, மதம், சடங்கு, சம்பிரதாயம், பண்பாடு என்ற மையங்களில் எத்தகையதான தகர்வை ஏற்படுத்தியிருக்கிறது. அவர்கள் அதனை எப்படிக் கடந்து போகிறார்கள் என்பதும் முக்கியத்துவம் பெறுகின்றது. இவை பொதுத்தளத்தில் ஒருபுறம் வாசகனுக்குத் துயரமாக அமைவதெனினும், போர் ஏற்படுத்திக் கொடுத்திருக்கின்ற இந்தச் சமூக மாற்றத்தை எதிர்பார்த்துக் காத்திருந்த ஒருசில பிரிவினருக்குச் சுவாரஸ்யமாகவும் பயணப்படும் என்பதில் ஐயமில்லை.

அப்பப்பா, அப்பம்மா, அப்பா, அம்மா, கதைசொல்லி, கதைசொல்லியின் பெரியப்பா - பெரியம்மா, பெரியமாமி, சின்னமாமி - சின்னமாமா, ஜாமினி (அப்பப்பா அம்மாவின் துணைக்குக் கொண்டு வைத்திருந்த சிங்களப் பெண்மணியின் கைக்குழந்தை) மனைவி (பவித்ரா) பபிதா (ஜாமினியின் மகள்) மகன் (இராகுலன்), மகள் (பானு), மகன் வழி மூத்த பேத்தி, இளைய பேத்தி, மகள் வழி பேரன் (சூர்யா) என்பதான முதன்மை கதாபாத்திரங்களைக் கொண்டு ஐந்து தலைமுறைகளை உள்ளடக்கிய இந்த நெடியப் பயணப்படுதலில் காலம் எப்படி மனித எண்ணங்களை துகள்துகளாக உதிர்த்துப் போட்டபடி செல்கிறது. காலம் தன் விருப்பிற்கேற்ப புதிய கட்டுமானங்களைக் கட்டி எழுப்பியபடி செல்கின்றது என்பதைப் பார்த்து அதிர்ந்து போய்விடத்தான் முடிகிறதே ஒழிய ஆச்சரியப்படவோ ஆதங்கப்படவோ ஒன்றுமில்லை.

புதினத்தின் நிகழ்வுகளும், தலைகீழ் மாற்றங்களும் மனிதனின் அகந்தையைக் கிள்ளி எறிய முயல்கிறது. மட்டுமல்லாது சிந்தனையை அகலப்படுத்தவும், பெரும் நெகிழ்வுக்கும் உள்ளாக்குகின்றது. ஒரு பிரச்சினை சார்ந்த பகிர்வினை மனத்துயரத்தின் ஊடாய்ப் பதிவு செய்கின்றபோது

“நேற்றிருந்த இறுக்கம் இன்று இருக்கவில்லை. கடந்துபோன இரவு எல்லோரையும் ஆசுவாசப்படுத்தி யிருக்கலாம்” (குதிரை வாகனம், ப-2)

என்று குறிப்பிடும் வரிகள் காலங்களின் சிறிய கடப்புகூட மனித கோபங்களை எவ்வளவு ஆற்றுப்படுத்தி விடுகின்றன என்பதை ஜீவகுமாரன் வெளிச்சப்படுத்தி இருப்பதைக் காணலாம். வாழ்வு குறித்த எவ்வளவு புரிதல் எவ்வளவு நுட்பமான பார்வை பாருங்கள்.

கதைசொல்லி தனது ஊரில் உள்ள முருகன் கோயில் திருவிழாவை மையப்படுத்திப் புதினத்தை நகர்த்துகின்றார். கதைசொல்லி எங்கடை வளைவு, எங்கடை பெரிய வீடு, எங்கள் முருகன் கோயில், எங்கள் திருவிழா, எங்கள் ஏழாம் திருவிழா, எங்கடை குதிரைவாகனம், உற்சவக்கால திருவிழாவிற்கான பட்டோலையில் பண்டாரவிளை சண்முகத்தார் வீட்டுத் திருவிழா என்றுதான் இருக்கும் என்று குறிப்பிடும் இடங்கள் அதிகாரத்தின் உச்சமாய் ஆசிரியர் பதிவு செய்திருக்கிறார். எங்களோட ஏழாம் திருவிழாவிற்கு யாழ்ப்பாணத்தில் எந்த மேளக்காரருக்கும் முன்பணம் கொடுத்து ஒழுங்கு செய்வதில்லை.

எத்தனை பிரபல்யமான மேளக்காரராய் இருந்தாலும் பண்டாரவிளை சண்முகத்தாரின் பூசை என்று ஞாபகம் வைத்து வருவார்கள். மேளக்காரர்களுக்கு ஒவ்வொரு தாளவாசிப்புக்கும் நாதஸ்வரக்காரர்களுக்கும் அப்பப்பா பட்டுத்துண்டு போர்த்தி காசும் கொடுத்துக் கௌரவப் படுத்துவார் என்பனவும் அதிகார குவிமையம் நிலைநிறுத்தப்படும் இடங்களின் காடசிப்படுத்தல்களாய் விளங்குகின்றன. அதனை மையப்படுத்தியே நகர்த்தப்படும் கதையில் அந்த அதிகாரத் தினைப் போர் அல்லது இன்னொரு அதிகாரம் எப்படி சிதைத்துப் போடுகிறது என்பதே புதினம்.

புதினத்தின் தலைமைப் பாத்திரமான அப்பப்பா, அப்பம்மாவுக்குத் துணையாகக் கொண்டு வைத்திருந்ததாகக் கருதப்பட்ட சிங்களப்பெண்மணி நோயினால் இறந்து போகவே ஒரே மகள் ஜாமினியைத் தன்குடும்பத்தில் ஒருவராகவே அப்பப்பாவால் நடத்தப்பட்டதாகப் பதிவு செய்யப்படுகிறது. அப்பப்பா ஜாமினியைக் கதைசொல்லியின் அப்பா, பெரியப்பா, பெரியமாமி, சின்னமாமியோடு நன்றாகக் கவனித்து வளர்த்து வந்ததை அறியமுடிகிறது. சிங்களப் பெண்மணியை ஊரில் பலர் வைப்பாட்டியாகவும் கூறுவதுண்டு. ஜாமினி பூப்படைந்தபோது அப்பப்பா தன் பிள்ளைகளுக்கு இணையாக நீராட்டுவிழா எடுத்ததும் அதற்குப் பெரியப்பா மற்றும் மாமிமார்களிடம் மிகப்பெரிய எதிர்ப்பு கிளம்புவதும் விவாதத்திற்கு உரியது. இதில் யாதொன்றுக்கும் அம்மம்மா பெரிய எதிர்ப்பினைத் தெரிவித்தாகத் தெரியவில்லை. அதுக்குக் காரணம் ஆணாதிக்கம் சார்ந்த அச்சமாகவோ அல்லது குடும்ப கௌரவமோ, அல்லது கணவனுக்கும் தனக்குமான புரிதல் சார்ந்த விட்டுக்கொடுத்தலோ காரணமாக இருந்திருக்கலாம்.

இந்நிலையில் 1958இல் இலங்கையில் ஏற்பட்ட கலவரத்தில், சண்முகத்தார் வீட்டுச் சுருட்டுமாலில் வைத்துத் தமிழினத் தொழிலாளிகளால் ஜாமினி அடித்துச் சிதைக்கப்படுவதோடு, ஒருவனால் கற்பழிக்கப்பட்டுக் கருவுறுகிறாள். அவளுக்குப் பிறக்கும் குழந்தையைப் பபிதா எனும் பாத்திரமாகக் கதைசொல்லியின் ஒரு தங்கையாகப் புதினம் முன்நிறுத்து கின்றது. இக்கலவரத்தில் பண்டாரவளைத் தோப்பு மற்றும் சண்முகத்தாரின் பத்துக் கடைகளுக்கு ஒரே நேரம் சிங்களவன் ஒருவன் வைத்த தீயில் பெரியமாமி இறந்துபோகவே அந்த வலியினால் அப்பப்பாவும் நெஞ்சுவலியால் இறந்து போகின்றார். கலவரத்தின் தொடர்ச்சியில் கதைசொல்லியின்

தந்தையே சிலநாட்களில் தமிழீழ விடுதலை இயக்கத்தில் இணைந்து விடுவதும், பின்னர் அவர் மனதை மாற்றி வெளியில் கொண்டு வருவதையும் புதினம் பதிவு செய்கிறது. டியூசன் வகுப்புக்குச் சென்று வரும் பபிதாவும் ஒருநாள் இவளது தோழி சுபாவோடு சேர்ந்து சொல்லாமல் கொள்ளாமல் இயக்கத்திற்குச் சென்றுவிடுவதும் குறிப்பிடத்தக்கதாகும்.

பபிதா காணாமல் போனதால் பபிதாவை இயக்க முகாம்களுக்குத் தேடிச்சென்ற கதைசொல்லி மற்றும் அவரது நண்பர் பாலன், சுபாவின் அண்ணன்மார்களிடம் இயக்கம் நடந்து கொள்ளுகின்ற விதம் என்பது அதிகாரத்தின் செயல்கள் என்னவாக இருக்கும் என்பதை அடையாளப்படுத்துவதாய் உள்ளது. தங்களின் தங்கைகளை ஒவ்வொரு இயக்கமாகத் தேடித்திரியும் அவர்கள் ஒரு அலுவலகத்தில் பேசிக்கொண்டிருந்தபோது,

"சின்னப் பிள்ளைகளுக்கு என்ன சொந்த விருப்பம் இருக்கப்போகுது... எல்லாம் ரியூசனுக்குப் போற இடங்களிலை உங்கடை மூளைச்சலவை தான் காரணம், சொல்லி முடிக்க முதல் ஒருத்தன் என்ன கனக்கக் கதைக்கிறீர் என்றபடி இடுப்பில் இருந்த ரிவோல்வரை எடுத்து லோட் செய்தான்" (குதிரை வாகனம், ப-74)

என்று குறிப்பிடுவதன் மூலமாகவும், இயக்கங்களின் போக்கு குறித்து ஆட்டோகாரர் நிகழ்த்தும் உரையாடலும் விடுதலை இயக்கங்களின் திசைமாறிய பயணிப்பு குறித்த எடுத்துரைப்பாகின்றது.

"தம்பியவை... மக்களுக்காகப் போராடுறம் என்று புறப்பட்டவர்கள் மக்களுடன் பேசுவதற்கு வன்முறையையும் துப்பாக்கியையும் தூக்கினால் இந்தப் போராட்டம் இறுதியில் வெற்றி பெறாது, வயோதிபரான அந்த ஆட்டோ ட்ரைவர் சொன்னதை நாம் அனைவரும் மௌனமாக ஆமோதித்தோம். எந்த ஜனநாயக அமைப்பும் பெரும்பான்மையைப் பெறும் பொழுது அதுவே ஒரு சர்வாதிகார அமைப்பாக மாறி விடுவதுண்டு என எங்கோ படித்த ஞாபகம் வந்து போனது" (ப - 74)

என்பதான பதிவும் ஜீவகுமாரனின் சமூகம் பற்றிய நுட்பமான பார்வையுடையவராக நம்மை உணரச்செய்கின்ற இடங்களாகின்றன.

பபிதா இயக்கத்தில் சேர்ந்துவிடவே, வீட்டுக்குப் போலீஸ் மற்றும் இராணுவம் தேடி வரத்தொடங்குகிறது. முதன்முதலாக ஊருக்குள் போலிசும், இராணுவமும் வரச் சண்முகத்தார் குடும்பமே காரணமாகின்றது. ஊரில் எங்கும் பபிதா மற்றும் சண்முகத்தார் குடும்பம் பற்றிய பேச்சாகிறது. இச்சூழலில் கதைசொல்லியும், ஊரில் உள்ள பிற இளைஞர்களும் எந்நேரத்திலும் கைது செய்யப்படலாம் என்ற நிலை உருவாகிறது. இந்நிலையில் கதைசொல்லியும் அவரது நெருங்கிய நண்பரான சாம்பசிவ குருக்களின் மகன் பாலசுப்பிரமணிய குருக்களும் (பாலன்) மாஸ்கோ வழியாக ஐரோப்பிய நாட்டிற்குச் செல்ல முயல்கின்றனர்.

இங்கே எங்கடை வளைவு, எங்கடை குடும்பம் என்று பேசித்திரிந்த சண்முகத்தார் பேரனுக்கு வெளிநாடு செல்ல தேவையான பணம் இல்லாது போகின்றது. அம்மாவின் நகை, பபிதாவின் நகைகளை விற்றும் பணம் காணாமல் போகவே அப்பா என்ன செய்ய என யோசித்துக் கொண்டிருந்தபோது அவர்களின் பெரிய வளைவு மற்றும் பெரிய வீட்டைக் கொடுத்தால் தேவையான பணத்தைத் தருவதாகக் காரைநகர் வியாபாரியும் தூரத்து உறவினருமான ஒருவர் கூற அப்பா பெரும் பதற்றத்தின் உச்சத்திற்கு உள்ளாகிவிடுகிறார்.

“என்ரை பிள்ளை வெளிநாடு போகாட்டியும் பரவாயில்லை.. அவனை ஆமிக்காரன்கள் வந்து பிடிச்சுக்கொண்டு போய் கொண்டாலும் சரி.. அந்தக் காணியிலை சரிஞ் வீட்டிலை சரி.. எவன்ரைகையையும் பட விடமாட்டேன்”. *(குதிரை வாகனம், ப-95)*

என்கிறார். இது போன்ற பெரிய அளவிலான அபத்தங்களும் எதிர்கொள்ள இயலாத இயலாமைகளும் அதிகாரம், கௌரவம் சார்ந்த தகர்வுகளின் பதற்றங்களும், கோபதாபங்களும் சுனாமியைப் போலப் புதினம் முழுமையும் சண்முகத்தார் குடும்பத்தைச் சுழற்றியடிப்பதைக் காணமுடிகிறது. பின்னர்ச் சாம்பசிவ குருக்களின் பண உதவியோடு இருவரும் வெளிநாடு செல்கின்றனர். இவை மானுட வாழ்வின் ஏற்ற இறக்கங்களை இனங்காட்டுகின்றது.

அந்நிய நாடுகளுக்குப் பயணிக்கத் திட்டமிட்ட கதைசொல்லி மற்றும் பாலன் எப்படியாவது கொழும்புவில் இருந்து விமானம் ஏறிவிட்டால் போதும் என்பதே இலக்காகக் கொள்கின்றனர். உயிர், உடமை, பாதுகாப்பு சார்ந்த ஒரு நெருக்கடி அவர்களுக்கு

ஏற்படுகிறது. இது பிற நெருக்கடிகளுக்கு ஈடானது அல்ல என்பதை நாம் விளங்கிக்கொள்ள முடியும். இவர்களின் பயண இலக்கு என்பது காத்திருந்து போக வேண்டிய இடத்துக்குப் போய் சேர்தல் என்பதல்ல. மாறாக தப்பித்தலே இலக்காகிறது. இதுவே புகலிடப்பயணத்தில் முக்கியமான ஒரு அம்சமாகும். எனவேதான் டென்மார்க் செல்ல வேண்டிய அவர்கள் முதலில் ரஷ்ய தலைநகரான மாஸ்கோ சென்று இறங்கிப் பின்னர் அங்கும் சில அவலங்களைச் சந்தித்துப் பின்னர் டென்மார்க் செல்ல நேரிடுகிறது. ஊடாகவே நெருக்கடிச்சூழலில் ஒரு மனிதன் ஐரோப்பிய நாடுகளுக்குப் பயணிப்பதிலான சிக்கல்களும், அதற்கு ஏஜென்டுகள் காட்டுகிற தில்லுமுல்லுகளையும் புதினம் மிகவும் நுட்பமாகப் பதிவு செய்கின்றது.

பல சிக்கல்களையும், பலநாடுகளையும் கடந்து டென்மார்க்கிற்குச் சென்று அந்நாட்டு குடியுரிமை பெற்று அங்கு இருவரும் குடியேறிவிடுகின்றனர். இங்கு டென்மார்க் பற்றிய ஒரு சித்திரிப்பின் மூலம் தமிழர்களின் புலப்பெயர்வு, அந்நிய நாடுகள் பற்றியான ஒரு காட்சியினை ஜீவகுமாரன் புதினத்தில் பதிவு செய்திருப்பது கவனத்தில் கொள்ளத்தக்கதாகும்.

“எனது பண்ணையில் இத்தனை அடிமைகள் இருக்கின்றார்கள். உன் பண்ணையில் எத்தனை அடிமைகள் இருக்கிறார்கள்” எனத் திராட்சை ரசத்தை ஒரு கையில் வைத்துக் கொண்டும் .. மறுகையால் சுங்கானை ஏந்திய படியும்.. சதுரங்கப் பலகையில் கண்களை வைத்துக் கொண்டு கௌரவம் பேசும் நிலப்பிரபுகள் போலத்தான் 80 களில் நான் இத்தனை அகதிகளை ஏற்றிருக்கிறேன். நீ எத்தனை அகதிகளை ஏற்றிருக்கின்றாய் என ஐரோப்பிய முதலாளித்துவ நாடுகள் கௌரவப் பிதற்றல்கள் செய்துகொண்டிருந்த போதுதான் நானும் பாலனும் ஐரோப்பியாவுக்குள் காலடி எடுத்து வைத்தோம்.

எனவேதான் அகதி அந்தஸ்துப் பெறுவதற்கு விசாரணைகள் வழக்குகள் என்று பெரிதாக ஏதும் இருக்கவில்லை. சரியாக நாம் வந்து 30தாவது நாளில் எங்கள் இருவருக்கும் அகதி அந்தஸ்து கிடைத்தது” (குதிரை வாகனம், பக்-133, 134)

புலம்பெயர்ந்த நாட்டில் கதைசொல்லி நீண்ட நாட்களாக உடல் நிலை சரியில்லாத நிலையில் இருக்கும் ஒரு தருணத்தில், அவனது மகள் பானுவுக்குத் தாழ்ந்த சாதிக்கார பையன் ஒருவனோடு காதல் ஏற்படுகிறது. அவள் தந்தையின்

கண்டிப்பையும் மீறி அவனோடு சென்று விடுகிறாள். அவள் தன் காதலை நியாயப்படுத்திய விதத்தையும், அதிலிருந்த நியாயத்தையும் நினைத்துப் பார்க்கிறார். அது போலவே தனது மகன் ஹரிக்கு உயிர் நண்பன் பாலனின் மகள் ஹரிணியோடு காதல் ஏற்பட்டபோது தனது வார்த்தையை, குடும்ப கௌரவத்தை மதித்து அதனை ஹரிணியோடு பேசி விட்டு விடுகிறார். அவ்வாறு அவனை விட்டுவிடச் செய்ததையும் ஒரு கட்டத்தில் பெருங்குற்றமாக எண்ணிப்பார்க்கின்றார். இவை எல்லாம் மானுட வாழ்வு சார்ந்த மிக முக்கியமான தருணங்களாகவே ஜீவகுமாரன் நமக்குப் படைத்தளித்துள்ளார்.

மேலும் ஊரில் அவர்களின் அதிகாரத்தை, அடையாளத்தை நிலை நிறுத்திய முருகன் கோயில் குறித்த நினைவுகளும், தங்கள் வீட்டில் வேலை செய்த கணபதி கடுக்கன் போட்டதற்காகக் காதின் சோணையை ஒரு காலத்தில் அப்பப்பா அறுத்து விட்ட நிகழ்வுகளும், கணபதி அவனது மகன் கார்த்திகேசு, கார்த்திகேசுவின் மனைவி பர்வதம் மற்றும் மூன்று மகன்கள் ஒரே மகள் என வீட்டில் உள்ள அனைவருமே முருகன் கோயில் திருவிழா நேரத்தில் தங்களது வீட்டின் அனைத்து வேலைகளையும் கவனித்து வந்ததையும் பின்னர் அவர்களில் ஒருவரைக்கூட வீட்டில் முழுமையாக வேலைக்கு வைத்துக்கொள்ள இயலாத பொருளியல் நிலைக்குத் தனது குடும்பத்தினர் பின்னோக்கித் தள்ளப்பட்டிருந்தமை எனப் பலதையும் எண்ணிப் பார்க்கிறார்.

ஒரு கட்டத்தில் போருக்குப்பின் புலம்பெயர்ந்து அந்நிய தேசங்களுக்குச் சென்று பணம் சம்பாதித்து வசதியோடு வாழும் கார்த்திகேசுவிடம், கதைசொல்லியின் சின்ன மாமி அவளுக்குச் சீதனமாகக் கொடுத்திருந்த பண்டாரவிளை இடத்தைக் கொடுத்துப் பணம் பெற்றிருந்ததும் இப்போது பணத்தைக் கொடுத்து நிலத்தைத் திருப்ப முடியாத நிலையில் அவனுக்கே விற்றுவிட முயல்கிறாள். அதனைக் கௌரவக் குறைவாகக் கருதிய கதைசொல்லி தனது மாமி, மாமாவிடமோ, அல்லது மச்சான்மார்களிடமோ பேசி அந்த இடத்தை அவனுக்குக் கொடுக்காமல் தடுக்கப்பார்க்கின்றார். ஆனால் உறவின் அடிப்படையில் முன்பு தனது மகளைக் கதைசொல்லி திருமணம் செய்யாததை மனதில் வைத்துக்கொண்டு சின்னமாமியார் நிலத்தைக் கார்த்திகேசுவிடமே கொடுக்க முயல்கின்றனர். பின்னர் ஊரில் இருக்கும் தனது மனைவியின் அப்பாவிடம் கூறி அவரின் மூலமாகத் தேவையான

பணத்தைக் கொடுத்துக் கார்த்திகேசுவை வாங்க வேண்டாம் என்று கூறி அவர்களே வாங்க முயற்சிக்கின்றனர். ஆனால் கார்த்திகேசுவோ தனது தாத்தா கணபதியின் காதறுப்பினை நினைவுபடுத்தி அவர்களைத் துரத்திவிட்டதை நினைவில் கொண்டு அவனே வாங்க முயல்வதும் மனித வாழ்வின் பேரவலமாக இயலாமைகளாகக் கழிவிரக்கமாக நம் கண்முன் விரிகின்றன.

இன்னொருபுறம் லண்டனுக்குச் சென்றிருந்த பெரியப்பா மகன்களில் மூத்தவன் பல்கலைக்கழகத்தில் படித்து மிளிர்ந்த ஆப்ரிக்க நாட்டைச் சேர்ந்த ஒரு கிறித்தவ அல்லது இஸ்லாமியப் பெண்ணைத் திருமணம் செய்துகொள்ளப் போவதான தகவல்கள் வந்து கொண்டிருக்கின்றன. மறுபுறம் இளையவன் நன்றாகப் படித்திருந்தும் குடி டிஸ்கோரெக் போன்ற செயல்களில் ஈடுபட்டதுடன் தனது தவறான நண்பர்களோடு சேர்ந்து கணிணி அறிவைப்பயன்படுத்திக் கள்ள டிக்கட்போட உதவி செய்தது. அறையில் போதை வஸ்துக்கள் ஒளித்து வைத்திருந்தது போன்ற குற்றத்துக்காகக் கைது செய்து வைக்கப்பட்டிருந்தமை போன்ற நிகழ்வுகள், சின்னமாமி பிள்ளைகளின் வாழ்வில் முன்னேற்றமில்லாத அவலம் என யாவும் கதைசொல்லியைப் பெருந்துயருக்கு உள்ளாக்கிப் படுக்கையில் கிடத்தியிருக்கிறது. இந்நேரம் கதை சொல்லிக்கு வாழ்வை அசைபோட்டுப் பார்க்கின்ற நேரமாகச் சீர்தூக்கிப் பார்க்கின்ற நேரமாக அமைகிறது. தவறு எது? சரி எது என்பது புரிகிறது. காலங்கள் கையைவிட்டுக் கழன்று போய்விட்டது. புரிந்து என்ன செய்ய? யாரைத் தண்டிக்க? யாரைத் தூக்கிப் பிடிக்க? இனி தண்டித்து அல்லது தூக்கிப்பிடித்து என்ன ஆகிப் போய்விடப்போகிறது? என்ற நிலையில் வாழ்வு கட்டுப்படுத்த முடியாத ஒன்றாக அதன் போக்கில் உருண்டு கொண்டிருப்பதைப் புதினத்தில் மிக நுட்பமாக ஜீவகுமாரன் குறிப்பிடுகிறார். புதினத்தை வாசிக்கிறபோது சீப்பு கையில் கிடைக்கிறபோது தலை வழுக்கையாகி விடுகிறது என்கிற சீனத்துப் பழமொழியே நினைவிற்கு வருகிறது.

இன்னொரு இடத்தில் சாதி இந்துக்கள் மற்றும் இஸ்லாமியர்களுக்கு இடையேயான இடைவெளியினைப் புதினம் புலப்படுத்துகின்றது. ஒருநாள் கோயில் பூஜாரியான சாம்பசிவகுருக்கள் மற்றும் ஐயர்மார்கள் மட்டும் தண்ணீர் அள்ளும் கோயில் கிணற்றடியில் முஸ்லீம் வயோதிகர் ஒருவர் தண்ணீர் அள்ளிக்குடிப்பதைப் பார்த்த கதைசொல்லியின்

அப்பா கோயிற்கிணறு தீட்டாகி விட்டதாகக் கருதி அவரைத் திட்டி அடிக்கப்போய் விட்டதாகவும், மாடு தின்னிகள் அது. இது கோயிலின் அருமை தெரியுமா என்பதாகப் பேசிவிட்டதாகவும் புதினம் பதிவு செய்கின்றது. மேலும் கிணற்றை முற்றாக இறைத்து, தூர்வாரி சாம்பசிவக்குருக்களைக் கொண்டு சாந்தியும் செய்து கொண்டதாகப் புதினம் பதிவு செய்கின்றது. மட்டுமின்றி இனிமேல் இவ்வாறு நடக்கக் கூடாது என்பதற்காக அன்று முதல் கப்பியில் தொங்கிய கிணற்று வாளியை எடுத்துக் கோயிலுக்குள் வைப்பது என்றும் முடிவெடுக்கின்றனர். இது யாழ்ப்பாண வெள்ளாள சமூகத்தினரின் சாதி, மத மேட்டிமைத்தன்மையை அடையாளப்படுத்துகின்றது.

ஆக கடுக்கன் போட்டதற்காகக் கணபதியின் காதறுத்த அப்பப்பா, தண்ணீர்வாரி குடித்ததற்காகக் கிணற்றுக்குத் தீட்டுநீக்கிய அப்பா, குடும்ப சாதிய கௌரவத்தை நிலை நிறுத்த முயன்று தோற்றுப் போகிற கதைசொல்லி என நீளும் கதாபாத்திரங்கள். இவர்களுக்கு மாற்றாகவே சமூகத்தில் ஒரு பெரும் கட்டுடைப்பினை நிகழ்த்துகின்ற நிர்பந்தத்தை அடுத்த தலைமுறையினருக்குப் போரும் புலப்பெயர்வும் கொண்டு சேர்க்கின்றன. எனவே இங்கு போரும் புலப்பெயர்வும் மிகப்பெரிய ஒரு சமூக அசைவை ஏற்படுத்தியிருப்பது என்பது ஒரு நிலையில் வரவேற்கத்தக்கதாகவே அமைகிறது.

புதினத்தில் ஜீவகுமாரன் போரை மையப்படுத்தி நிகழ்த்துகின்ற கட்டுடைப்புகளை அவர் சமூகம், குடும்பம், கருத்து போன்றவற்றில் விரிசல்கள் வந்துவிடாதபடி சமப்படுத்திக் கொண்டு செல்வது என்பதும் கலை சார்ந்த ஒரு தொழில் நுட்பமாகவே பார்க்க முடிகின்றது. புகலிடச்சூழலிலே வளர்ந்த பானு அங்குள்ள பல்கலைக்கழகத்திலேயே படித்துப் பட்டம் பெற்ற கையோடு தன் காதலை வெளிப்படுத்துவதும் அதற்கான எதிர்ப்பு கிளம்புகிறபோது பானுவிடம் இருந்து வெளிவரும் எதிர்வினைகளும் மிகவும் முக்கியமானது.

“நீங்கள் வாழ்ந்த வழியிலையேதான் நாங்கள் வளர வேண்டும். வாழவேண்டும் என்ற உங்களின் எதிர்பார்ப்பு இலங்கையில் எங்கள் ஊரின் அமைப்பு முறைக்கு சரிவருமோ இல்லையோ தெரியாது. ஆனால் பிறந்து மூன்று மாதத்தில் இருந்தே இந்த நாட்டுக் கலாசாரத்தில் வளர்ந்துவிட்டுத் திருமணவயது வரேக்கை மட்டும் அப்படியே நீங்கள் காட்டும்

ஒருவனுடன் வாழ்வை இணைப்பதை என்னால் கற்பனை பண்ண முடியாது அப்பா.

அமெரிக்காவிலே வளர்ந்த ஒருத்தியிடம் ஒரு அச்சு வேலியாளையும், கொப்பனேகனில் இருக்கும் ஒருவனிடம் ஒரு கொடிகாமத்தானையும் எதிர்பார்க்கிறியள் அது முடியாதம்மா.

சின்ன வயதிலை இருந்து என்ரைபிள்ளை என்னைப்போலை யோசிக்கும் என்னைப் போலை நடக்கும் என்று யோசித்துச் சிலதைக் கதைத்தால் நாகரீகம் இல்லை என நினைத்துவிட்டு இப்போ நாங்கள் நடந்தது அநாகரீகம் எனக் குற்றம்சாட்டி எங்களை விலத்தி வைக்கிறது தவறு அப்பா. தவறு அம்மா.

நாங்கள் உங்கள் வயிற்றில் இருந்து இந்த உலகத்துக்கு வந்திருந்தாலும் எங்களுக்கு என்றொரு ஆன்மா, அதற்கான விருப்பு வெறுப்புகள், அதற்குள்ளேயுள்ள துடிப்புகள் அத்தனையும் வேறுவேறே.

தண்ணியிலை தோய்ந்து கொப்பியிலை ஒட்டுற தண்ணிப்படம் போல, அம்மாவைப் போலவே யோசித்து அம்மா போலவே நடந்து, அம்மாவைப் போலவே பிள்ளைகளைப் பெற்று வளர்த்தால் இந்த உலகத்திற்கு இன்னோர் பவித்திரா கிடைக்குமே தவிர இன்னோர் பானு கிடையாது" (குதிரை வாகனம், ப 59, 60)

இது ஒரு நிலை. இன்னொருபுறம் தன் தந்தையின் (கதைசொல்லி) உடல்நிலை சரியில்லாததைக் கேள்விப்பட்டுத் தன் ஆண் குழந்தை சூர்யாவோடு மருத்துவமனைக்கு வந்த பானு தன் மகளை அப்பாவின் மார்பில் கிடத்துகிறாள். அப்பா ஒருமுறை ஊரில் வாள் சுழற்றி வெற்றி பெற்றதைப் பார்த்து வீரத்தின் அடையாளமாய் ஒரு காலத்தில் அப்பம்மா போட்டுவிட்ட சண்முகத்தாரின் புலிப்பல் போட்ட தங்கச்சங்கிலியைச் சூர்யா பிடித்து விளையாடவும் அப்பா சின்ன சண்முகத்தார் வந்துவிட்டார் என மெச்சி அதனைக் கழற்றி சூர்யாவுக்குப் போட்டு விடுகிறார். பவித்ராவும் தன்னிடமிருந்த குரோன்கால் 1001 குரோன்களை எடுத்து சூர்யாவின் கைகளுக்குள் திணித்துவிடுகிறார். அத்துடன் சண்முகத்தாரின் சங்கிலி போகவேண்டிய இடத்துக்குத்தான் போகிறது என்பதாகக் கதைசொல்லியை நினைத்துக் கொள்ளச் செய்வதும் இங்கு முக்கியத்துவமான ஒன்றாகும்.

புதினத்தின் மிக முக்கிய ஒரு அம்சம் பண்டாரவிளை சண்முகத்தார் குடும்பத்தினர் முருகன் கோயிலில் நடத்துகின்ற ஏழாம் திருவிழாவான குதிரை வாகனத்திருவிழா. அது அந்தக் குடும்பத்தின் பேரடையாளமாக விளங்குவது. கோயிலில் பெரிய குதிரை வாகனத்தின் அருகில் நிற்கும் சிறிய இரண்டு குதிரை வாகனத்தையும் அப்பப்பா இறந்தபிறகும் கூட ஒருமுறை அப்பம்மா அதிக பணம் செலவு செய்து தங்களது வளவில் நின்ற மிகப்பெரிய வேம்பு மரத்தாலும், இலுப்பை மரத்தாலும் வட்டுக்கோட்டை ஆசாரியைக் கொண்டு செய்திருந்ததைப் புதினம் பதிவு செய்திருக்கிறது. புதினத்தின் இறுதிப்பகுதியில் காவடியுடன் நின்றிருந்த சூர்யா குதிரை வாகனத்துக்குக் கிட்டச்சென்று அதன்முன் கால்களை மகிழ்ச்சியுடன் ஒற்றைக் கையால் இழுத்து ஆட்டுகின்றான். தெப்பென்று அது பலத்த சத்தத்துடன் விழுந்து உடைந்து விடுகிறது. அதனை எங்கள் பரம்பரையின் சின்னம் இப்போது நொண்டிக் குதிரையாக எனப் புதினம் குறிப்பிடுவதும் மிகமிக முக்கியமான ஒரு குறியீடாக ஜீவகுமாரன் புதினத்தில் முன்வைக்கின்றார்.

"இந்தக் குதிரைவாகனம் எங்கடை பரம்பரையின் சின்னம் என்று நானும் வாழ்நாள் முழுக்க பெருமைப்பட்டுக் கொண்டு இருந்தாலும்ஞ் ஒரு அப்பாவியின்ரை காதை அப்பப்பா அறுத்த கதையிருக்கு. ஒரு வறிய முஸ்லீம் வியாபாரியை அப்பா ஏசி அடிக்கப்போன கதையுமிருக்கு. ஹரியிண்டையும் ஹரிணியின்டையும் காதலை நான் காலில் போட்டு நசித்த வேதனைகளுமிருக்கு... உன்னைக்கூட இன்னும் முற்றாக எல்லோரும் ஏற்காத நிஜமிருக்கு. அதுபடியால்தான் சொல்லுறன் கட்டுடைச்சுக் கொண்டு புதுவாழ்க்கைக்குள் போன நீ மீண்டும் இந்த வட்டத்துக்குள்ளை வராதே. சூர்யாவுக்கு இது எதுவுமே வேண்டாம். அவனிலை புதுகாற்றுப்பட நீ அவனுக்கு அனுமதி கொடு.

கம்பீரமாய் நின்ற குதிரை இன்றைக்கு நொண்டிக் குதிரையாகி விட்டது எங்கடை சண்முகத்தாரின் குடும்பங்கள் போல. குடும்பத்திற்கு என்றிருந்த காணியும் பெரியவீடும் போன பின்பு இந்தக் குதிரை வாகன அடையாளத்தை வைத்து என்ன செய்யப் போகின்றோம்?" (குதிரை வாகனம், ப 244)

என்பதாகக் கேள்வியை ஐந்து தலைமுறையை மையப் படுத்திப் பேசும் புதினத்தில் மூன்றாம் தலைமுறைச் சார்ந்த கதைசொல்லி மூலம் முன்வைப்பது கூட புதினத்தின்

பாத்திரங்களைக் கையாளத் தெரிந்த ஒரு புதினப் படைப்பாளியின் வெற்றியாகவே பார்க்க முடிகிறது. கதைசொல்லியின் மனநிலை ரப்பர் போன்ற ஒரு இழுவை மனநிலை மூத்தவர்களைப்போலப் பிடித்து நிற்கமுடியாமலும் இளையவர்களைப்போல முறித்துத் தனித்து விடமுடியாமலும் இருக்கின்ற ஒரு அவஸ்தை நிலையினைக் கதைசொல்லியின் ஒவ்வொரு செயலிலும் நாம் காணலாம். ஆனாலும் முன்பின் என இருக்கும் காலங்களைத் தன்வசப்படுத்தும் கதைசொல்லி இறுதியாகச் சூர்யாவைப் புதுகாற்றுப்பட அனுமதிப்பது காலமாற்றத்தை நாம் தடுத்து நிறுத்திவிட முடியாது என்பதை உறுதி செய்கின்றது.

'மரணத்தைச் சுமந்தலையும் எழுத்துக்கள்' குணா கவியழகனின் - விடமேறியக் கனவு

கர்ப்பநிலம், போருழல்காதை, நஞ்சுண்டகாடு, அப்பால் ஒருநிலம், விடமேறியக் கனவு என்பதாக ஈழம் தொடர்பாகச் சுமார் ஐந்து புதினங்களைத் தமிழுக்குத் தந்தவர் எழுத்தாளர் குணா கவியழகன். புனைவெழுத்துக்கள் எப்போதுமே எழுத்தாளரைப் பொறுத்தும், அது சொல்ல விளைகின்ற கருத்தைப் பொறுத்தும் அதன் எழுத்து முறையை, உள்ளீட்டை, வடிவத்தை மாற்றிக்கொண்டே இருக்கும். அதற்கு எந்தப் புனைவும் விதிவிலக்கல்ல. அந்தவகையில் ஈழத்துப் பிரச்சினையை மையமாகக் கொண்டு வெளிவந்துள்ள தமிழ் புதினங்களும் அந்தந்தப் படைப்பாளியின் புரிதல் மற்றும் பார்வைக்கேற்ப ஈழப்போரின் பன்முகங்களில் ஏதேனும் ஒரு துறையை மையப்படுத்துவதாக வெவ்வேறு தளங்களில் இருந்து தம்மை வெளிப்படுத்திக் கொள்கின்றன.

ஈழத்துப் புனைவெழுத்தைப் பொறுத்தமட்டில் எந்த முனையில் இருந்து வெளிவந்தாலும் அது வலிநிறைந்த எழுத்தாகவே இருக்கிறது. மரணத்தின் விளிம்பில் நின்றபடியே தம்மை நகர்த்திச் செல்வனவாய் இருக்கின்றன. இதில் மட்டும் எந்த வேறுபாட்டையும் காண முடிவதில்லை. அதனை உறுதி செய்வதாகவே 'விடமேறியக் கனவு' புதினமும் அமைகின்றது.

"விடமேறியக் கனவு" உருத்திரன் என்ற போர்க் கைதியின் மூலம் போர் சார்ந்த வலியின் நினைவுகளாகவும், அவரின் அனுபவங்களாகவும் முன்வைக்கப்படுகின்றது. உருத்திரன் போர்க் கைதியாகக் கைது செய்யப்பட்டு இராணுவச் சிறையில், சிறை வைக்கப்பட்டிருக்கும் நிலையில் அங்கிருந்தபடியே கதை நகர்த்தப்படுகின்றது. புனைவின் தொடக்கமாக உருத்திரன் தன் சிறுவயதில் பள்ளி சென்று திரும்பிய போது இலங்கை விமானம் குண்டு வீசியதையும், அப்போது அவன்

வேலியோரத்தில் பதுங்கியதையும், உயிர்தப்பி வீட்டிற்கு வந்த அவன் அம்மாவை வீட்டின் நடுப்பகுதியில் அமைக்கப் பட்டிருந்த ஓடைக்குள் கண்டுபிடிப்பதையும் புதினம் பதிவு செய்கின்றது. பின்னர் அம்மாவின் கட்டியணைப்பிற்கு உள்ளாகும் உருத்திரன் அம்மாவின் வாசம் எனக்கோ ஏதோ ஒன்றிலிருந்து (அச்சத்திலிருந்து)விடுதலை அளிக்கின்றது என்று குறிப்பிடுவதும், அடுத்த சில நிமிடங்களில் வேறுவித ஓசையோடு சூட்டுச் சத்தம் கேட்க அம்மா,

"பொடியங்கள் வந்திட்டாங்கள் திருப்பி அடிக்கத் தொடங்கிட்டாங்கள் பிள்ளையாரப்பா" (விடமேறியக் கனவு, ப-9)

என்பதாக தம்மை ஆற்றுப்படுத்திக் கொள்வதையும் ஊடாகவே,

"அழிவார் போறாங்கள் பொடியன் வந்தவுடனே ஓடிட்டாங்கள்" (விடமேறியக்கனவு,ப9)

என்பதும், தமிழ் மக்கள் விடுதலைப்புலிகளைத் தங்கள் பாதுகாவலர்களாக நம்பியிருப்பதையும், அதை உறுதிப் படுத்துவதாக அவர்களது செயல்பாடுகள் இருப்பதையும், அதுபோலவே தமிழீழ விடுதலைப் படையினருக்கு அஞ்சிச் சிங்கள இராணுவம் புறமுதுகிட்டு ஓடியிருப்பதையும் இவை உணர்த்துவதாக உள்ளன.

உருத்திரன் தனது வகுப்புத்தோழி பிரியாவுக்குச் செய்த உதவியானது பின்னர் அவளின் அன்புக்கு உருத்திரன் பாத்திரமாதல் குறித்த ஒரு காதல் உணர்வுசார் சித்திரமும் புனைவில் முதன்மை பெறுகின்றது.

இராணுவச் சிறையில் இருக்கும் உருத்திரனின் எண்ணங்கள் இவ்வாறாக ஆரம்பகால வரலாற்றைப் பதிவு செய்வதோடு முள்ளிவாய்க்கால் இறுதிப் போரிலும் அதன் பின்பாகவும் கைது செய்து இராணுவ முகாமில் சிறையில் வதைக்கப்பட்ட வரலாற்றையும், போராளிகள் அதனை எதிர்கொண்ட விளிம்புநிலை வாழ்வையும் உணர்த்த விளைகின்றது. அத்தோடு தலைவர் பிரபாகரன் முதற்கொண்டு தமது சுற்றங்கள் பலவும் சாகடிக்கப்பட்ட நிலையில் போராளிகள் வாழ்வை எதிர் கொள்வதைப் பேசுகின்றது. குணா கவியழகனின் மொழியில் சொல்வதானால்,

"மரணம் என்முன்னே நிறுத்தப்பட்டிருக்கின்றது" (விடமேறியக்கனவு, ப-14) என்கிறார்.

முள்ளிவாய்க்கால் போரின் இறுதிப்பகுதியிலும் போர் முடிவுக்கு வந்த பின்பும் கைது செய்யப்பட்ட தமிழீழ விடுதலைப் போராளிகள் மீது இராணுவம் மிகத் தீவிரமான விசாரணையை மேற்கொண்டு அவர்களை அழித்தொழிக்க முயன்றதைப் புனைவு விவரிக்கின்றது. போராளிகள் பணிசெய்த காலத்தில் எந்த இயக்கத்தில் பணிசெய்தனர். இயக்கத்தில் அவர்களின் பணி பொறுப்பு என்னவாக இருந்தது. அவர்களது நிஜப்பெயர், சங்கேதப்பெயர், என்னவாக இருந்தது. ஊர் என்னவாக இருந்தது என்பதை எல்லாம் விசாரித்து அதற்கேற்ப தண்டனைகள் வழங்கப்பட்டதை, பலர் இல்லாது அழித்தொழிக்கப்பட்டதை எல்லாம் புதினம் விரிவாக உரையாடல் செய்கின்றது. மட்டுமின்றி இராணுவத்தினருக்கு அச்சப்பட்டுத் தனது இளைமைக்காலம் முதல் அவர்கள் சிறையிலிருந்த சமகாலம் வரையிலான குறிப்புகளைப் பல நேரங்களில் பொய்யுரைகளாகப் பதிவு செய்ய வேண்டியிருந்ததும் அவ்வாறு பொய்யுரைக்கின்றபோது மீள இடைவெளியிட்டு அவ் அதிகாரியோ, வேறு அதிகாரியோ கேள்வி கேட்கின்றபோது அவை அனைத்தையும் நினைவில் வைத்துக்கொள்வது போராளிக் கைதிகளுக்குப் பெரும் சவாலாக இருந்ததையும், அதுவே இன்னொருபுறம் அவர்களின் நிம்மதியற்றத் தன்மைக்குக் காரணமாக இருப்பதையும் பார்க்க முடிகின்றது. இக்கருத்தை மையப்படுத்தும் புதினத்தின் ஒருபகுதி,

"டோ என்ன நித்திரையில்லை? ஆமிக்காரன் இல்லை"

"சொன்ன பொய்யளுக்கு என்ன விளக்கம் சொல்லலாம் எண்டு திட்டம்போடுறியா?"

"... நான் மௌனமாக இருந்தேன்."

"நாளைக்கு நீ சொன்ன பொய்யள் எல்லாத்தையும் ஆதாரத்தோட நிரூபிப்போம். நீ யாரு? இயக்கத்திலை என்ன வேலை செய்ஞ்சாய்? எல்லாம், எல்லாம் நிரூபிப்போம். உன்னைக் காட்டித்தாறதுக்கு ஆளை நேரா கொண்டு வரப்போறோம். புரிஞ்சதா? அதுதான் உன்னை இண்டைக்கு இரவு விசாரணைக்கு எடுக்கேல்ல தெரிஞ்சு கொள்ளு" (விடமேறியக் கனவு, ப15)

உரியநேரத்தில் குடிக்க தண்ணீர் வழங்காததால் நீர் அருந்தாமலேயே சிறையிலே கிடந்து உயிர்விட்ட கணைக்கால் சேரமான் இரும்பொறை வாழ்ந்த தமிழர் மரபிலே போர் கைதிகளாகக் கைது செய்யப்பட்ட தமிழ்ப் போராளிகளை சிங்கள இராணுவம் வாய்ப்பைப் பயன்படுத்திக் குடிப்பதற்குத் தண்ணீர்கூட முறையாகக் கொடுக்காமல் அலையவிட்ட கதையையும் புதினம் பதிவு செய்கிறது. போர்க்கைதிகள் அனைவரையும் முள்ளிவாய்க்காலிலிருந்து வாகனங்களில் ஏற்றி ஒரு புலராத அதிகாலைப் பொழுதில் ஓமந்தைப் பகுதியில் இறக்கிவிட்டு மிகப்பெரிய அந்தக் கூட்டத்திற்குச் சற்றே தண்ணீர் போத்தல்களும், உணவுப் பாக்கட்களையும் வீசி எறியும் ஒரு இராணுவவீரன் அதனைப்பெற்று அருந்த முண்டியடிக்கும் மக்களிடையே டேய் கொண்டாடுங்க டோய், உங்க தலைவன் பிரபாகரன் செத்துவிட்டான் என்பதை ஓயட்ட பிரபாகரன் மரண என்பதாகச் சிங்களத்தில் சத்தமிடுகிறான். இங்கு ஒரு இனப்போராளி எதனைச் சந்திக்க கூடாதோ அதனை சந்தித்த தமிழ்மக்களின் அவலத்தைக் குணா கவியழகன் எடுத்துரைப்பதைக் காணமுடிகிறது. இப்படி புதினத்தின் எந்தப் பக்கத்தைப் புரட்டினாலும் அச்சமும், அவமானமும், மரணமும், வஞ்சகமும் தமிழனைப் பார்த்துச் சிரிப்பதை நாவலில் பார்க்கமுடிகின்றது.

தொடர்ச்சியாக இராணுவச்சிறையின் சில வன்மக்காட்சிகள், கை, கால் காயங்களோடு தண்ணீருக்கு, உணவுக்குப் போராடிக் கூட்ட நெரிசலில் சிக்கிய மனிதர்களை மீட்டு அருகில் அமர்த்தி நீர் வார்க்கும் மனிதாபிமானக் காட்சி எனப் பல காட்சிகள் விவரணை செய்யப்படுகின்றன. அது போல கூடவே முள்ளி வாய்க்கால் போரில் தமிழ் மக்கள் அழித்தொழிக்கப்பட்ட போது ஐக்கியநாடுகள்சபை, சர்வதேச செஞ்சிலுவைச்சங்கம் போன்றன நின்று அவதானிக்கும், உதவும் என எண்ணிய உருத்திரனுக்கு அது ஏமாற்றத்தைக் கொடுத்ததான பதிவும் உலகநாடுகள் மீதான பெருத்த கேள்வியாக முன்வைக்கப்படுவதும் கவனத்திற்குரியதாகிறது. மட்டுமல்லாது புதினத்தில் இன்னொரு இடத்தில் தரணி மூலமாக ஏன் எல்லோரையும் சாவு சாவெண்டு சாகடிக்கிறியள், மகிந்தா எல்லோரையும் விடுதலை செய்யப்போறான். ஐக்கிய நாடுகள் சபை வருகுதாம் எனக் குறிப்பிடுகிறாள். அதற்கு மறுமொழியாக தரணியோடு உரையாடிக் கொண்டிருந்த மாஸ்டர் கொண்டவங்களே அவங்க தான் மகிந்தாவால் புலியின்ர மயிரையாச்சும் பிடுங்க ஏலுமோ?

இப்ப பிணமெண்ண வருவாங்களாக்கும் ஐ. நா சபை?" (விடமேறியக் கனவு, ப-89) என்பதாகக் கேள்வி எழுப்புவதன் மூலம் ஈழப்போரில் தமிழன் தோற்கடிக்கப்பட்ட உண்மை வரலாற்றை குணா இந்த இடத்தில் வெளிச்சப்படுத்துவதும் கவனத்தில் கொள்ளத்தக்கதாகும்.

உருத்திரன் மீதான ராணுவ விசாரணையில் இறுதிவரை அவன் பொய் சொல்லிக் கொண்டேயிருப்பதும் அதனைத் தாங்க முடியாத இராணுவ அதிகாரிகள் ஒரு கட்டத்தில் தண்டனையாகத் தலைகீழாகத் தொங்கவிட்டபடி மேலிருந்து பொத்தெனக் கயிறைவிட அவன் தலையில் மிகப்பெரிய அடிபட்டுச் செத்தவனைப் போல ஆவதும் குறிப்பிடத்தக்கதாகும். மேலும் இது போன்ற நேரத்திலும் கூட போராளிகள் கொடுப்பிலும், வாயிலும் மலத்துவாரத்திலுமாகச் சையினைட் குப்பியை இடம் மாற்றி மாற்றி வைத்துத் தம் மரணத்தைத் தாமே தேர்ந்துகொள்ள எத்தனிப்பதும் முதன்மையான வரலாற்றுப்பதிவுகள் ஆகும். தலையில் அடிபட்டுத்தான் கிடக்கும் அவலத்தைக் கதைசொல்லியாக இருந்து அவர் சொல்லுகின்றபோது,

"ஈரச்சாக்கைத் தெருவில் போட்டது போல கிடக்கிறேன். மண்டையில் கனம் இறங்கிக் குளிர்கிறது உடல். முதலில் கால்கள், பின் குளிர் மேல் நோக்கிப் பரவுகின்றது. முள்ளந்தண்டு வழியாகப் பரவுகையில்தான் எனக்கு விளங்கியது. உயிர் என்னை விட்டு நழுவிகிறது என்று. எந்த வலியும் இப்போது இல்லை. சூழல் பற்றிய கவனமும் இல்லை. குளிர்மையின் வழி ஒரு சுகம் பரவுகின்றது கைகள் குளிர்கின்றன. வியர்க்கிறதா? ஆம் அப்படியும் நினைக்கிறேன்" (விடமேறியக்கனவு, ப-41)

என்பதாக நீளும் அந்தப் பதிவு ஒரு கட்டத்தில் கௌதமனின் கதை இத்தோடு முடிந்ததா என்பதாக முடிவுக்குக் கொண்டு வருவதும், ஆனால் அடுத்த பகுதியில் சிறுகதையின் முடிவில்தான் பெருங்கதையின் விரிவிற்கான ஊற்று முகம் இருக்கும். பிரபஞ்சம் நோக்கி அலையலையாக விரியும் கேள்விகள் நிஜத்தைப் பிடித்துவிடத் துடிக்கும். முன்னர் பிடித்த நிஜத்தைப் பின்னால் வரும் அனுபவம் தட்டியுடைத்துக் சுழிக்கும் முடிவுறாப் பயணம் முடிவுறா விசாரம் என்பதையும் இப்போ அதுதான் என்பதன் மூலம் அவன் மரணிக்கவில்லை என்பது உறுதிப்படுத்தப்படுகிறது. மேலும் மயக்க நிலையிலிருந்து கண் விழிக்கும் அவனின் மன எண்ணத்தில் உலகின் சக்தி

வாய்ந்த இந்த ஈழத்தமிழினத்தின் விடுதலைப்போராட்டத்தின் அழிவிற்கான ஆணிவேர் என்ன என்பது பற்றியும் இத்தோல்வி எத்தனை தலைமுறையை வஞ்சித்துவிடும் என்பதாக எண்ணிப் பார்ப்பதும் போராளி அத்தகைய துயரிலும் அவர்களின் சிந்தையும் செயல்பாடும் எத்தகையதாய் உள்ளது என்பதைப் புலப்படுத்துவதாக உள்ளது.

ஒரு விசாரணையில் கைதியின் பொய் சொல்லும் தந்திரமும் அதனை நிராகரித்து முன்னேறும் விசாரணை அதிகாரியாகக் கைத்தேர்ந்த உத்திமுறைகளையும்கூட குணா இப்புதினத்தில் ஆங்காங்கே முன்வைப்பதைப் பார்க்கலாம். அதுபோல மயக்கம் - மரணம் - நித்திரை, கசப்பு - இனிப்பு, வாழ்தல் சாதல் என்பதான பல சொற்களைத் தத்துவார்த்த ரீதியில் அவர் பேசியிருப்பதும் நெருக்கடி வாழ்வின் தீவிரத்தைக் காட்டுகின்றது. அதுபோலவே இராணுவச்சிறை முகாமிலிருந்து யாரையேனும் வெளியில் விசாரணைக்கு அழைத்துப்போய் வந்தாலும் அறையில் அனைவரிடமும் பெரிய பதற்றம் தெரிவதாகக் குறிப்பிடுகிறார். தாங்கள் தப்பிப்பதற்காக யாரையேனும் தவறுதலாகப் போட்டுக் கொடுத்திருப்பார்களோ என்ற அச்சத்தின் வெளிப்பாடுதான் அவை.

விடுதலைப்புலி மீதான விமர்சனங்களும் நிரம்ப முன்வைக்கப்படுகின்றது. குறிப்பாக இறுதியுத்தக் காலத்தில் வீட்டிலிருந்த பெண்பிள்ளைகள், உள்ளிட்ட பலரையும் இயக்கத்திற்கு அழைத்துச் சென்றதன் விளைவே இறுதியில் இயக்கம் தோல்வியைத் தழுவியதற்கான காரணம் என்பதாக ஒரு விமர்சனத்தையும் புனைவு பதிவு செய்கின்றது. இது பல எழுத்தாளர்களின் குற்றச்சாட்டாக இருப்பதும் இங்கு எண்ணிப்பார்க்க வேண்டியுள்ளது.

“பயந்து வீட்டுக்க ஒளிச்ச பெடியனையும் பொம்பிளப் பிள்ளைகளையும் போர்ப்பயிற்சி இல்லாமல், உடற்பயிற்சியு மில்லாமல், மனப்பயிற்சியுமில்லாமல் நெருப்புக் குழம்பாய்க் கொதிக்கிற யுத்தக்களத்தில கொண்டுவந்து விட்டால் என்ன நடக்கும்? ஆமி வந்தால் இதுகள் நிக்காதுகள். பலது கொண்டுவந்து விட்டவுடனேயே ஓடிடுங்கள். வேவுக்காரன் அதையறிஞ் சிடுவான். அமி அந்தப்பகுதியால சும்மா சாதாரணமாக முன்னேறி வந்திடுவான். அடுத்த காவலரண்ல நாங்கள் எவ்வளவு பெரிய வீரர் சண்டைக்குத் தயாரா இருந்தாலும் பிரயோசனமில்ல. உடன பின்வாங்க வேண்டியதுதான். உப்பிடியே மன்னாரில இருந்து முள்ளிவாய்க்கால் வரைக்கும்,

"ச்சா.." நிலத்தையும் இழந்து அதுகளையும் பலிகொடுத்து, கடைசியா அழிஞ்சதுதான் மிச்சம்" (விடமேறியக் கனவு, ப-83)

ஒரு புதினத்தில் எவ்வளவு சிறந்த அல்லது முதன்மையான விஷயத்தைப் பேசினாலும் அதனை எளிதில் வாசகனுக்கு கடத்திச்செல்வதில் படைப்பாளனின் மொழியும், அதில் அவன் உலவ விட்டிருக்கும் பாத்திரங்களும் முக்கிய பங்களிப்பைச் செய்வன. அவை சரியாக அமையவில்லை என்றால் அந்தப் படைப்பின் தோல்வி என்பது தவிர்க்கமுடியாத ஒன்றாகப் போய்விடும். குணா கவியழகன் இப்புனைவில் தாம் விவாதிக்க இருக்கும் கருத்துக்கு ஏற்ப மிக யதார்த்தமான, பாங்கான, வட்டாரம் சார்ந்த பழமொழிகள், உவமைகளாக மொழியினை அவர் பயன்படுத்தியிருப்பது புதினத்தைத் தொய்வடையாமல் எடுத்துச்செல்ல துணைநிற்பதைப் பார்க்கலாம். பாத்திரங்களைப் பொறுத்தமட்டில் சற்றே எண்ணிக்கை அதிகமாகவே உணர முடிகின்றது. சுரேன், கலை ஒரு பசீலண்ணை, குண்டன் ஜான், தரணி, சீலன், ராசு, பாலன், என ஒரு பெரிய பட்டியல் நீள்கிறது. எனினும் ஒரு போரிலக்கியம் என வருகிறபோது அதுவும் தவிர்க்க முடியாத ஒன்றாகப் போய் விடுவதும் இங்கு எண்ணிப்பார்க்க வேண்டியதாய் உள்ளது.

பல்வேறு விஷயங்கள் குறித்துப் புதினம் பேசியிருப்பதும், அடிப்படையில் இராணுவச் சிறையிலிருந்தபடி போராளி எண்ணிப்பார்ப்பவனாகவும், இராணுவக் கடல்புலி சீலனைப் படுக்கவச்சி குதிக்கால் இரண்டினையும் அடியடியெண்டு அடிச்சு அவனை நிற்க இயலாமலும், கக்கூசுக்குப் போக முடியாமலும் ஆக்கிய வரலாறு. அது போலவே ஒருமுறை போராளி ராசுவிடம் ஓர் இராணுவ அதிகாரி அவனை மிரட்டி சிங்கள மொழியில் மிகவும் தரங்கெட்ட வார்த்தைகளைப் பயன்படுத்தி ஏசியவாறு அடிக்கவும் ராசு அவனை அடித்துச் சுருட்டி எடுக்க அவன் விலங்கின் ஒலி போல வாய்குழறியதான வரலாற்றையும் பார்க்கமுடிகிறது. பின்னர் ரவி உட்பட அடுத்து என்ன நிகழுமோ என அச்சப்பட வாழ்க்கை பீதியில் உறைய வேண்டியதாகவும் இருந்தது. இவை குறித்துப் புனைவு மொழி இப்படியாகப் பேசுகிறது.

"எங்கள் விதி விசித்திரமான பாதைகளினூடு பயணிக்கவே ஆவல் கொண்டு நின்றது. சாமானியர்களாகப் பிறந்த எங்களது விதியின் பாதைகளை முன்னுணர முடியவில்லை" (விடமேறியக் கனவு, ப 99)

எனும் வரிகள் கழிவிரக்கம் கொள்ளத்தக்கனவாகவே உள்ளன. இதுபோல போராளிகளின் குடும்பச் சூழல்கள் குறித்தும், போர்ச்சூழலில் பங்கர் வெட்டி அதற்குள் உலகின் கண்களிலிருந்து மறைக்கப்பட்ட சிறைமுகாமில் போராளிகளை அடைத்து வைத்திருப்பது குறித்தும், அம்மக்கள் குடியிருப்பது குறித்துமாகப் பல கழிவிரக்கம் கொள்ளத்தக்கதான பதிவுகளே புதினத்தை நகர்த்திச் செல்கின்றன.

மேலும் இந்தச் சிறைமுகாமில் அறைக்கு ஒரு கைதித்தலைவனும், முகாமுக்கு ஒருவன் கைதிகளின் தொடர்பாளனாகவும் அதிகாரிகளால் நியமிக்கப்பட்டிருந்தான். இது பொது வாசகனுக்கு ஒரு கூடுதல் தகவல். இவர்களைப் பற்றிப் புதினம் விவரிக்கின்ற போது, மனிதன் எப்படி எல்லாம் தலைமைப் பதவிக்கு ஆசைப்படக் கூடியவனாக விளங்குகின்றான் என்பதையும் நம்மால் புரிந்துகொள்ள முடிகிறது. இங்கு முகாம் பொறுப்பாளனாகப் பாலன் விளங்கினான். அவனைப்பற்றி வர்ணிக்கும் குணா கவியழகன்,

“இவன் ஒரு தலைவனாகவே தன்னைப் பாவனை பண்ணுவான். அதுவும் ஒரு பதவி தானே இல்லையா? மனிதன் தான் வாழும் சூழலில் தன் தலையில் ஒரு கோழி இறகாயினும் மற்றவர்களுக்கு இல்லாதது தனக்கு இருக்கவேண்டும் என விரும்புகிறான்போலும். அது சொர்க்கமாயினும் சரி, நரகமாயினும் சரி தலைவன் ஆகியதற்கான விசேசத்தன்மைகள் சிலஉண்டு. முதலாவது சிங்கள மொழி தெரிந்திருந்தமை. அதனால் மொழிபெயர்க்க உதவமுடியும். மேலும் தன் விசு வாசத்தைச் சிப்பாய்களிலிருந்து அதிகாரி வரைக்கும் நிருபிக்க முடிந்தமை அடுத்து விடுதலைப்புலிகளுக்குரிய தோற்றமோ, குணநலமோ அவனிடம் இல்லை எனப் புலனாய்வு அதிகாரி கண்டமை வளர்ந்த சுருள் முடிக்கேசமும், தாடியும் பள்ளிப் பெண்கள் அச்சமடையும் கண்பார்வையும் கொண்டிருந்தான் அவன். இந்த அல்லக் கைக்கும் ஒரு அல்லக்கை இருந்தது அவன் பெயர் மூர்த்தி. இதுவும் ஒரு பதவி தானே புலனாய்வு அதிகாரியின் முழுஆசிர்வாதமும் இவர்களுக்கு இருந்தது” (விடமேறியக் கனவு, ப - 118), மேலும்,

“ஒரு வாளி தண்ணீர் கிடைக்க அறுநூறு பேரின் முறை கடந்து திரும்பிவரப் பத்துநாட்களுக்கு மேல் ஆகும். ஐம்பதுபேர் கொண்ட அறையில் அவிச்சல், வெக்கையில் உடல்கள் சாகும் முன்னே நாறின. இனி இருபது லிட்டர் தண்ணீரில் ஒரு

முழுக்குப்போடுவது சுலபமான காரியமல்ல. தேத்தண்ணி கோப்பையால் முழுகுவதற்கு விசேடப் பயிற்சி வேண்டும். நாளடைவில் பல நுணுக்கங்களைக் கண்டுபிடித்தோம். தலையை முதலில் தண்ணீரால் தோயவேண்டும். குனிந்தபடி இப்படி தலையை மட்டும் தோய்ந்து கீழே விழும் தண்ணீரைச் சிந்தாமல் சிதறாமல் மற்றொரு வாளியில் ஏந்தவேண்டும். இப்படிச் செய்து இரு மடங்கு ஆக்குவோம் குளிக்கும் தண்ணீரை சூடு இறங்கும். பிறகு ஒரு நடனவித்தைபோல முழு உடம்பும் படும் வண்ணம் தண்ணீரை வார்ப்போம். பிறகென்ன புனர்வாழ்வு என்றால் சும்மாவா? முன்னர் நாம் வைக்கப்பட்ட முகாமில் இந்த உத்தரிப்பு இல்லை. சுடலைக்கு அனுப்புவதற்கு வைத்த ஆக்களை நன்கு குளிப்பாட்டினார்கள் போலும்" *(விடமேறியக் கனவு, ப - 120)*

இப்படியாக இராணுவ முகாம் வழியாகவே பல துயர அனுபவங்களைப் பகிர்தலின் ஊடாகவே சஞ்சயன், வர்மன், சுரேன், உருத்திரன் (கதைசொல்லி) என நான்கு பேரும் சிறையிலிருந்து தப்பிப்பதும் ஒரு விசித்திரமான அனுபவமாகவே காட்சிப்படுத்தப்படுகிறது. மட்டுமல்லாது இந்தத் தப்பித்தல் மூலமும் உருத்திரனை அம்மா, காதலி ஆகியோரை மீளவும் சந்திக்கச்செய்தும், அப்பாவின் மரணச்செய்தியை அறியச்செய்வதும் அவர்களிடம் நிகழ்ந்துள்ள மாற்றங்களை, நிலம் அடைந்துள்ள மாற்றங்களை, வாழ்வின் இயலாமையை ஒரு நிமிடம்கூட தன் தாயோடு, காதலியோடு உரையாட முடியாத அவலத்தையும் பறை சாற்றுகின்றது.

இங்கு உயிர் வாழ்தல் எதற்காக? என்ற கேள்வி எழுவதாயினும் அதனையும் மீறி மனிதர்கள் உயிர்வாழ விளைகின்ற முயற்சியும், புதினத்தின் இறுதியாக விலக்கப்பட்ட எந்தக் கனியையும் உண்டதில்லையே. பின் எதற்காகச் சாகப்பட்டோம்? அணைகட்ட மெய்வருத்தி மண்சுமந்தோம். இருந்தும் என் முதுகுகளில் ஏன் இத்தனை சாட்டையடி? எம்மை நம்பிய மக்களைக் காக்க நஞ்சுண்டோம் ஆனாலும் அது கண்டத்தில் மட்டும் தங்கவில்லையே எம்முடையதல்லாத எதையும் கேட்டதில்லை, பின் எதற்காக வஞ்சிக்கப்பட்டோம்? தர்மம் ஒரு வாழ்வின் பொய்யோ என்பதாக மானுட, சமூக வாழ்வில் கண்ணே பொய்த்துப்போகிற நியதியை சுமந்தலையும் எழுத்தாக நம்முன் பல உரையாடல்களை நிகழ்த்துகின்றது விடமேறியக் கனவு.

‘ஏண்டா சும்மா இருந்த என் மனச மாத்தின’ ஜெயந்தி சங்கரின் - திரிந்தலையும் திணைகள்

ஜெயந்திசங்கர், நாவல், சிறுகதை, கட்டுரைகள், மொழிபெயர்ப்பு என ஏராளமான படைப்புகளைத் தமிழுலகிற்குத் தந்தவர். தமிழகம் மதுரையில் பிறந்து தந்தையின் பணி காரணமாக இந்தியாவின் பல பகுதிகளில் வாழ்ந்து இன்று சிங்கப்பூரில் வசித்து வருபவர். இவரின் படைப்புகளைப் போலவே சீனத்து இலக்கிய மொழிபெயர்ப்பான மிதந்திடும் சுய பிரதிமைகள் என்னைக் கவர்ந்த ஒரு நூல். இவரின் ஐந்தாவது நாவலான ‘திரிந்தலையும் திணைகள்’ சமூகத்தில் ஒரு குடும்பத்திற்குள்ளாக, தனிமனிதன் ஒருவன் திருமணம், பாலியல், வேலை, பண்பாடு, அயலகக் குடிப்பெயர்வு, காதல், மொழி, உறவு, நட்பு, ஆண், பெண், குழந்தை, முதுமை, இளமை, நினைவு எனும் வேறுபாடுகளைச் சந்திக்கும் அடுக்கடுக்கான நெருக்கடிகளை எடுத்துரைக்கின்றன. பத்மா, பத்மாவின் அப்பா, கதிர், சரவணன், சரவணனின் தந்தை சுப்பையா, ரேணு, ரேணுவின் முதல் கணவன் ரவி, இரண்டாவது கணவன் மாதவன், ரூபன், நவீன், ரேவதி, ரேவதியின் அம்மா, அப்பா, செந்தில், கவிதா, கதிர், கதிரின் மனைவி மீனா, மீனாவின் காதலன், கவிதா, கவிதாவின் கணவன், பாலா, கவிதாவின் அம்மா, அருள், டேவிட், அமட், அர்ச்சனா, லீலிங், தர்ஷினி போன்ற பாத்திரங்களின் மூலம் பிரச்சினைகளை மிக நுட்பமாக வெளிப்படுத்துகின்றார். இயல்பான கதாபாத்திரங்கள் என்பன இதில் ஒன்றிரண்டேயாகும். மற்றபடி யாவும் ஜெயந்திசங்கர் அவர்களால் தீவிரமான மனநலம் (உளவியல்) பிரச்சனைக்குரிய பாத்திரங்களாகவே திட்டமிட்டுத் தேர்வுசெய்து படைக்கப் பட்டிருப்பதை உணரமுடிகிறது. தொடர்ந்து தமிழில் அதிக நாவல்களைக் குறிப்பாக ஈழத்து, ஈழத்து புலம்பெயர் நாவல்களை வாசித்து வருபவன் என்ற நிலைகளில் அவைகளில் கூட ஒரே நிலையில் இத்தகைய தனிநபர் மனநெருக்கடிசார்

பாத்திரங்களை யாரும் படைத்ததாகத் தெரியவில்லை. ஆக அந்த வகையில் இது முற்றிலும் பிற நாவல்களில் இருந்து வேறுபட்ட ஒரு நாவல் என்பதை முதலில் உள்வாங்கிக் கொள்ள முடிகிறது.

புதினத்தின் கதைக்களம் சிங்கப்பூர், புனே, மும்பை, சென்னை, தில்லி எனப் பல பெருநகரங்களை மையமிட்டு விரிகின்றது. சில கதாபாத்திரங்களின் மூலம் வாழ்வியலின் பல நெருக்கடியான புள்ளிகளைத் தொட்டுச் செல்லும் இந்த நாவலில் இறுதிப்பகுதியில் கவிதா ஏற்படுத்திய சலனத்தினால் தூண்டப்பட்ட சரவணனின் நினைவுகள், அவனிடையேயும் ஒரு பேராசையை ஏற்படுத்தி விடுகின்றது. சரவணன் நாவலின் இறுதிப்பகுதியில் தன் மாமி மகளான கவிதா வீட்டிற்குச் செல்கிறான். கவிதா தன் திருமணத்திற்குப் புகைப்படம் எடுத்த கலைஞனுக்கு ஏற்பட்ட பயண விபத்தில் கேமரா உடைந்து போக படங்களைப் பார்க்க முடியாத நிலையில் மனப்பிறழ்வுக்கு உள்ளானவள். அவள் சரவணனிடம் அவர்களது சிறுவயதில் பள்ளிப்பருவத்தில் சுற்றுலா சென்ற புகைப்படங்களை நினைவுபடுத்தும் விதமாக ஒரு கேள்வியினை எழுப்புகிறாள்.

“பினாங் போனப்ப நாம ரெண்டுபேரு மட்டும் எடுத்துக்கிட்ட அந்தப்படம் உன்கிட்ட இருக்கா சரவணா” (திரிந்தலையும் திணைகள், ப - 269)

இக்கேள்வி அவளது மன எண்ணங்கள் எவ்வளவு குழந்தைத் தனத்திற்குப் போய் உள்ளது என்பதை எண்ணிச் சரவணனை வருத்தமடையச் செய்கிறது. அதே நேரத்தில் கவிதாவின் கணவன் பாலா சரவணனிடம் உங்கள் மகள் அர்ச்சனா சமீபத்தில் மூன்று நான்கு முறை ஒரு பையனோடு ரொம்ப நெருக்கமாகக் கை கோர்த்துக் கொண்டு போனதைப் பார்த்தேன் என்று சொல்கிறார். ஆனால் தன் மகளின் செயல்கூட சரவணனைப் பெரிதாகப் பாதிக்கவில்லை. காரணம் இளமைப் பருவத்தில் கவிதாவை அவர்கள் வீட்டு பிள்ளைகளில் ஒருவராகப் பார்த்திருந்ததால் கவிதாவைப் போலவே சரவணனும் தன் பாலியகால நினைவுக்குள் மூழ்கிப் போவது கவனத்திற்குரியது.

“கவிதா வீட்டில் செலவிட்ட அந்த ஓரிரு மணி நேர ஞாபகங்கள் வேலை நேரத்திற்கிடையிலும் சரவணனுக்குள் அடிக்கடி வந்தபடியிருந்தன. பாலா அர்ச்சனாவைக் குறித்துச்

சொன்னதெல்லாம் பொருளற்றுப் போனது போல. கவிதாவின் நிலை குறித்த வருத்தங்களே முக்கியத்துடன் மேலே வந்தன. மலேசியாவுக்குக் குடும்பத்துடன் சுற்றுலா சென்றது உள்ளிட்ட சிறுவயது நினைவுகள் என்றைக்கும் இல்லாமல் மிகுந்தபடியிருந்தன.

தனக்குப் பிறக்காத பெண்குழந்தையாகத்தான் அப்பா அவளை நினைத்திருந்தார். தொடர்ந்து அப்பாவின் நினைவுகளும் அதையடுத்து வழக்கம் போலவே முருகன் கோவில் பற்றிய எண்ணங்களுமாக மனம் கண்டபடியலைந்தது" (திரிந்தலையும் திணைகள், ப - 272)

சரவணனின் தந்தை சுப்பையா வாயெடுத்தால் அப்பனே முருகா, என்று அழைப்பவர் முருகனின் கோயிலே பழியென்று கிடப்பவர். ஆனால் மகன் சரவணனோ தன் தந்தையின் இறப்பிற்குப் பிறகு பெரிதும் முருகன் கோயிலுக்குச் செல்லாமலே இருந்தான். அங்கு சென்றால் தந்தை மீதான எண்ணம் அவனை வந்து அலைக்கழிப்பதை அவன் உணர்ந்திருந்தான். ஆனால் இன்று அவன் மீள கோயிலுக்குச் செல்லத் தூண்டப்படுகின்றான். மனைவி பத்மாவிடம் இன்று கொஞ்சம் தாமதமாக அலுவலகத்திலிருந்து வீடு திரும்புவதாகத் தொலைபேசியில் அழைத்துப் பேசிவிட்டு யீஷீன் இண்டஸ்ட்ரியல் பார்க் அருகே புதிதாகக் கட்டப்பட்டிருந்த முருகன் கோவிலுக்குச் செல்வதற்கு ஏதுவாக அருகிலிருந்த பேருந்து நிறுத்தத்தில் இறங்குகிறான். அங்கு அவன் பார்க்கும் கோயில் திருமணமண்டபம், உயரே செம்பவாங் நோக்கிப் பயணிக்கும் விரைவு ரயில், ஹீவாட் லீ ஈடிங்ஹெளஸ், டொஸ் ஸியேன் வெஜிடேரியன்ஃபுட், தொழிற்பேட்டையிலிருந்து வேலைமுடிந்து நடந்தும், பைக், கார்களிலும் போவோர், கோவில் அமைப்பு எனப் பலவற்றையும் ஜெயந்திசங்கர் அருமையாகக் காட்சிப்படுத்துகிறார்.

"யீஷீன் சென்ட்ரலில் ஏராளமான பேருந்துகள் போவதும் வருவதுமாக இருக்க, சாலை விளக்கருகில் பச்சை விளக்குக்குக் காத்து நின்றிருந்த பாதசாரிகளின் கூட்டம் முன்பைவிட அதிகரித்திருந்தது. எல்லா வயதினரும் எல்லோரும் எங்கேதான் போவார்களோ ரயிலில் இறங்கி வீடுகளுக்குப் போவோரும், பேருந்தைப் பிடிக்கவென்று விரைவோரும் இருப்பார்கள். ஆனால் மனதிற்கு விருப்பமானவரைப் பார்க்கவும் சந்திக்கவும் பேசவும்தான் இளையோர் எல்லோரிலும் பரபரப்பு தொற்றியுள்ளது. நள்ளிரவுக்கு முன்னால் கூடடைவதே

பெருந்தவறென்று கருதும் உல்லாசப் பறவைகள். போக்குவரத்து வசதிகள் மேம்பட்ட வாழ்வில் நிலப்பரப்புகளின் எல்லைகள் கலந்து மங்கி மறந்து விட்டதில்,

"ஒவ்வொரு தனிமனிதனும் தனியொரு திணையாகித் திரிவதைப்போல" உணர்ந்தான். சதா மாற்றங்கள் கண்டபடி யிருந்த மனிதனுக்குள் விரிந்த அந்தப் பரப்பின் விரிவை அளந்தறிவதுதான் எப்படி?" (திரிந்தலையும் திணைகள், ப 276) என்பதாக மனித மனங்கள் ஆழ அகலங்கள் சார்ந்ததான ஒரு கேள்வியை முன்வைப்பதோடு, ஊடாகப் புதினத்தின் தலைப்பான 'திரிந்தலையும் திணைகள்' என்பதற்கான விளக்கத்தையும் தந்துவிடுகின்றார். மேலும் சிங்கப்பூர் வெளியுலக மக்களால் நிறைந்து காணப்படுவதையும் இது புலப்படுத்துகிறது. புதினத்தில் பல்வேறு மனச்சிக்கல் சார் பாத்திரங்களை உலவவிட்ட ஜெயந்திசங்கர் புதினம் நிறைவடையும் சூழலில் அர்ச்சனாவை மையக் களத்திற்குள் கொண்டு வந்து அவள் ஒரு பையனோடு சுற்றியதாக பாலா கூறியதற்கானக் காரணங்கள் குறித்து ஆராயமல், அவை தொடர்பாக ஆரோக்யமான சில கருத்துக்களை சரணவன் மூலம் அசைபோட வைப்பதோடு நிறுத்திவிடுவது தேவையற்ற நிலையில் அர்ச்சனாவை மனஉளைச்சலுக்கு உள்ளாக்காமல் பார்த்துக்கொள்வதாக அமைகிறது. இது புதினத்தின் வெற்றியாகவும், நோக்கமாகவும் பார்க்கத்தக்கதாகிறது.

தொடர்ந்து மனநலப் பிரச்சினைசார் விசயங்களை பேசும் இந்தப் புதினத்தின் இன்னொரு முக்கியமான அம்சம் சிங்கப்பூர், மலேசியா, துபாய் போன்று தொழில் சார்ந்து மக்கள் அதிகம் குடியேறும் நாடுகளில் தொழில் நிமித்தமாக மகனோ, மகளோ, முதலில் குடியேற, பின்னர் அவர்களைச் சார்ந்து குழந்தைகளைப் பராமரிக்க தாய், தந்தை, அல்லது மாமனார், மாமியார் போன்ற முதியவர்களை ஊரிலிருந்து அழைத்து உடன் வைத்துக்கொள்ள முதியவர்களின் குடியேற்றங்கள் நிகழ்கிறது. இந்த முதியவர்கள் தம் சொந்த ஊர்களில் பட்டாம்பூச்சிகளாக எங்கும் உலாவித் திரிபவர்கள். ஆனால் மாறாக அயலக மண்ணிற்குத் தம் பிள்ளைகளை, பேரப்பிள்ளைகளைப் பராமரிக்க வந்திருக்கும் இவ் முதியவர்களுக்கு வெளிஉலக உலாவுதல் என்பது பெரிதும் தடைபட்டுப்போகின்றது. அதுவே சிங்கப்பூரிலும் நிகழ்கின்றது. ஆக அந்த முதியவர்களின் மனங்கள் வந்த இடத்தில் தரிக்கமுடியாமலும் தாயகத்தில் வேர்களைப் படரவிட

இயலாமலும் பெரும் சலனத்துக்கு உள்ளாகின்றது. இதனை ஒரு படைப்பாளி என்ற நிலையில் ஜெயந்தி சங்கர் அவர்கள் கண்டடைந்ததை ஓரிடத்தில் சரவணனின் மூலமாக வெளிப்படுத்துகின்றார்.

“வயதானவர்களில் பெரும்பாலோர் கோவிலுக்குள் இருக்கும் இயல்போடு வெளியில் இல்லாதது போலப்பட்டது. அவனுக்கு எல்லா இனத்தவரும் ஏறியிருக்கும் பேருந்துக்குள் நுழைந்ததுமே நுண்மையாகக் கூர்ந்து கவனித்தால் மட்டுமே உணரக்கூடிய லேசான அசௌகரியம் அவர்களில். குறிப்பாக முதியவர்களின் முகபாவனையிலும், அணுகுமுறையிலும், மையப்பாடுகளிலும் பார்வையிலும் ஏன் இதற்கென்ன காரணம் எத்தனையோ தடவை யோசித்தாகிவிட்டது.

பெரும்பாலான பொழுதை வீட்டின் நான்கு சுவர்களுக்குள் கடத்துவது கோவில்களுக்கு அல்லது சிரெஸ்டன் வட்டாரத் துக்குச் செல்வது. அதிகம் போனால் தமிழர்களின் விழாக் கூட்டம் மற்றும் திருமண மையங்களுக்கு மட்டுமே சென்று பழக்கப்பட்டு வாழ்க்கையை ஓட்டி விடுவார்களோ என்றெண்ணத் தோன்றியது. ஆழ அடி மனதில் இருக்கக்கூடிய ஏதோவொன்று என்னதான் அது, இத்தனைக்கும் இந்தியாவிற்கோ வேறு நாட்டிற்கோ போயிருக்கக்கூடிய சாத்தியங்களே இல்லாத எம்மக்கள்தாம் இவர்கள். சிங்கப்பூரார்கள், கல்வியும் அதுக்கடுத்த ஓரளவு நல்ல வேலையும் தனக்கு அமைந்தது என்பதைத் தவிர அவர்களுக்கும் தனக்கும் யாதொரு வேறுபாடும் இல்லையே என்று சிந்தித்தான். ஒவ்வொருமுறை யோசிக்கும் போதும் அந்தக் கேள்விக்குச் சரியான விடை மட்டும் கிடைக்காமலே இருந்தது” (*திரிந்தலையும் திணைகள், ப - 275*)

இந்தப் புதினத்தைப் பொறுத்தமட்டில் உளவியல் நோக்கில் ஆராய்வது மானுடத்தின் மனச்சிக்கல்களை அறிந்து கொள்ளவும், அதனை நம் வாழ்விலும், சமூகத்திலும் நிவர்த்திச் செய்யவும் பேருதவியாக இருக்கும் என்றால் மிகையாகாது.

புதினத்தில் இடம்பெற்றுள்ள பாத்திரங்களில் பத்மா, பத்மாவின் அப்பா, சரவணனின் அப்பா, சுப்பையா, பாலா, அருள் ஆகியோர் சிறந்த குணாதிசயங்களைக் கொண்டவர்களாக மனச்சிக்கல் அற்றவர்களாக உலாவுகின்றனர். நேர்மாறாகக் கவிதாவின் அம்மா, அர்ச்சனாவின் வகுப்புத் தோழன், ஸீஹாவின் அம்மா பாத்திரங்கள் எப்போதும் அடுத்தவர்களைத் தவறாகப் பார்ப்பவர்களாக, அடுத்தவர்களின் மனவலியைக்

கண்டு கொள்ளாது அவர்களுக்கு உபத்திரவம் செய்பவர்களான குணாதிசயம் கொண்டவர்களாகப் படைக்கப்பட்டுள்ளனர்.

ரவியைப் பொறுத்தமட்டில் சிறுவயது முதலே மனநலம் பாதிக்கப்பட்டவனாக இருக்கின்றான். இது அவனுக்கு மனைவியாக வருகின்ற ரேணுவின் வாழ்வைப் பெரிதும் பாதிப்பதோடு இறுதியாக அவளையும், அவளுக்குப் பிறக்கின்ற மகன் நவீனையும் பெரிதும் பாதிப்பதாக அமைகின்றது. கவிதாவோ இயல்பாக இருந்த ஒரு பெண் திருமணம் ஆன நிலையில் திருமணத்தன்று எடுத்த புகைப்படங்கள் புகைப்படக் கலைஞனின் விபத்தினால் கிடைக்காது எனத் தெரிந்ததும் மனநலப் பாதிப்புக்குள்ளாகிறாள். கண்முன் இருக்கின்ற நிஜவாழ்வை ரசிக்கத் தெரியாது அதற்கு நேர்முரணான காட்சிப்படுத்தல்கள் சார் நினைவுகளுக்கு முக்கியத்துவம் கொடுத்து அதை எண்ணி எண்ணியே மனப் பிறழ்வுக்குள்ளாகி வாழ்வைத் தொலைத்தலைப் பார்க்க முடிகிறது.

புதினத்தில் பாலாவின் வாழ்க்கைத் துணையாக வந்த கவிதாவால் வாழ்வை முழுமையாக ரசிக்க முடியாமல் போய்விடுவதும், அதுபோலவே இன்னொருவனைக் காதலித்து வந்த மீனா பெற்றோரின் அடக்குமுறைகளால் மனம் அமுக்கப் பட்டுக் கதிரைத் திருமணம் செய்து கொள்வதும், ஆனால் திருமணம் முடிந்த நிலையில் முந்தைய காதலனால் அவள் நெருக்குதலுக்குள்ளாக்கப்படுவதால் தற்கொலை செய்துகொள்ள வேண்டிய நிலை ஏற்படுகிறது. இங்கு மீனாவிற்கு மனஅழுத்தம் ஏற்படுகிறது. அதுவும் தாண்டிய நிலையில் அவள் தற்கொலை செய்துகொள்ள வேண்டிய நிலைக்கு உள்ளாகிறாள். கதிரின் வாழ்வும் இந்தச் சமூகத்தில் கேள்விக்குரியதாகின்றது. இங்கு ஒருவரின் சிக்கல்கள் இன்னொருவரையும் பாதிப்புக்குள்ளாக்கு கின்றது. இந்தச் சிக்கல்கள் நிகழாதிருக்க நாம் பிறரைச் சரியாகப் புரிந்துகொள்வதும், பிரச்சினைகள் வருகின்ற போது பிறரோடு திறந்த மனதோடு பேசி யாருக்கும் அஞ்சாமல், அடிபணியாமல் தெளிவான முடிவுகள் எடுக்கவேண்டிய அவசியத்தையும் வலியுறுத்துகிறது.

படைப்புகளைப் பொறுத்தமட்டில் பாத்திரங்களின் உளவியலை ஆராய வேண்டியுள்ளது. அதாவது பாத்திரங்களின் பேச்சு மற்றும் செயல் போலும் படைப்பில் காட்சிப்படுத்தப்படும் பாத்திரங்களின் குணாதிசயங்களுக்கும் படைப்பாளிக்கும் நேரடியான தொடர்பிருப்பதாக உளவியலாளர்கள்

கருதுகின்றனர். இலக்கியமும் உளப்பகுப்பாய்வும் பற்றிப் பேசும் பேரா. அரங்க நலங்கிள்ளி அவர்களின் கூற்று இங்கு ஒப்பு நோக்கத்தக்கது.

"உளப்பகுப்பாய்வு நெறிமுறைகளைப் படைப்பாக்கத்திற்குப் பயன்படுத்தும்போது படைப்பாக்கத்தில் நமக்கு ஆய்வு மூலங்களாக விளங்குபவை பாத்திரத்தின் பேச்சு படைப்பாளியின் பேச்சு (படைப்பிற்குள்) கதை சார்ந்த சூழல், படைப்பில் வெளிப்பட்ட படிமங்கள் படைப்பிற்கப்பாலுள்ள படைப்பாளியின் வாக்குமூலங்கள், வாழ்க்கை வரலாறு, தன் வரலாறு இன்ன பிற. இதன் வழியாகப் படைப்பின் மறைபொருளைத் துப்பறியலாம். படைப்பாக்க உளவியலைக் கண்டறிதலின் பயனை இரு நிலைகளில் காட்டுவார் லைனல் டிரில்லிஸ். அவை ஆழ்பொருளைக் கண்டு விளக்குதல், படைப்பாளன் ஒரு மனிதன் என்ற நிலையில் அவனது உண்மைத்துவத்தை (Reality) விளக்குதல் (1972 , ப 284) இதிலிருந்து படைப்பாளன் படைப்பிலக்கியத்திலிருந்து எந்நிலையிலும் தனியனாகி விடமுடியாது என்கின்ற உண்மை புரிகிறது. படைப்பின் மறைபொருள் என்பது படைப்பாளனின் நனவிலி மனவேட்கையே இந்த நனவிலி மனவேட்கையே உண்மைப் பொருள் (Reality) இவ்வகையில் படைப்பின் உண்மைப் பொருளை உளப்பகுப்பாய்வு நெறிமுறைகளைப் (Psycho analitical methods) பின்பற்றி வெளிக்கொணர முடியும்" (இலக்கியமும் உளப்பகுப்பாய்வும், பக் 11, 12)

இந்த அமுக்க மனநிலையே படைப்பில் வெளிப்படுகிறது என்பதை ஃபிராய்டு சுட்டும் வேளையில் அவர் வழிவந்த லக்கான் படைப்பு வழியான உரையாடலும் மீண்டும் அமுக்கப் படுவதால் உரையாடலாக விடுபடல் தன்மை கொண்டதாகவே அமைகிறது என்பதும் நாம் எண்ணிப் பார்க்கத்தக்கதாகிறது. இந்த ஃபிராய்டிய லக்கானிய சிந்தனைகளைத் திரிந்தலையும் திணை புதினத்தில் பொருத்திப் பார்ப்போமாயின் ஜெயந்தி சங்கர் அவர்களின் மனதின் பிரதியே இந்தப் படைப்பு என்பதாக அர்த்தம் கொள்ளலாம். அதுவும்கூட லக்கானின் கூற்றுப்படி முழுமையான பிரதி இதுவெனக் கொள்ளமுடியாது போகிறது. ஏனெனில் இந்தக் கதைசொல்லலும் அமுக்கம் நிகழ்ந்திருப்பதாகக் கொள்ள வேண்டியுள்ளது என்கிறார்.

இத்தகையதான ஓர் உளவியல் ஆய்வை மேற்கொள்கின்ற போது ஒரு படைப்பின் அனைத்துப் பாத்திரங்களுக்கும்

நிகழ்வுகளுக்கும் படைப்பாளிக்கும் நேரடியான தொடர்பு இருப்பதாகவும் அர்த்தப்படுத்திக்கொள்ள முடியாது. படைப்பாளியின் வாழ்வோடு நேரடியாகப் பாதிப்படைவது போக அவர் கண்டு, கேட்ட, வாசித்த, பார்த்த நிகழ்வுகளின் பாதிப்பு நினைவுகளின் வழியாகவும் படைப்பாளி ஒரு புனைவை உருவாக்கிவிட முடியும் என்பதையும் நாம் நினைவில் கொள்ள வேண்டியவர்களாக உள்ளோம். ஆக இப்போக்கு பல படைப்புகளுக்கும் பொருந்துவதாயினும், திரிந்தலையும் திணை அடிப்படையிலேயே உளவியல் கட்டுமானத்தைக் கொண்டு கட்டடப்பட்டுள்ளதால் அதற்கு முற்றிலும் ஏற்புடையதாக அமைகிறது. எனவே புதினத்தை உளவியல் நோக்கில் வாசிப்புக்கு உட்படுத்துகிற போது பாத்திரங்களின் வழி மானுடத்தின் மனச்சிக்கல்களை அறிந்து கொள்ளவும், அதனை நம் வாழ்விலும், சமூகத்திலும் நிவர்த்திச் செய்யவும் திரிந்தலையும் திணை உதவியாக அமைகின்றது.